イラストと写真でよくわかる

Easy to understand with illustrations and photos
Dễ hiểu với tranh và ảnh minh họa

外国人のための
実践介護 入門編

Introduction to Practical Long-term Care for Foreigners
Nhập môn điều dưỡng thực tiễn dành cho người nước ngoài

橋本正明●監修
至誠ホーム出版会●著

Jリサーチ出版

はじめに

　「介護」と「看護」の違いはどこにあるのでしょうか。共に国家資格に裏打ちされた専門性があるはずですが、実際にその線引きにはなかなか難しいものがあります。1859年にナイチンゲールにより著わされた「看護覚え書き（Notes on Nursing）」は看護に関する歴史的な書物です。内容を見てみると、19世紀という産業革命が進む中で、貧しく不衛生な生活環境の中で生活にあえぐロンドン労働者階級への看護について叙述しています。彼女の考えた「看護」とは、患者が早く回復するための生活環境の改善や、病状の回復を促す自立支援であることが分かります。それは身体介助を超えて現在の「介護」の目指しているそのものでもあると理解できます。

　いくつかの項目を見てみると次の通りです。「換気と暖房、健康な住まいと清潔なベッド、寝具、体の清潔、食事、陽光、おせっかいな励ましと忠告の排除、病人の観察」などです。
　近代的な看護の先駆者といわれるナイチンゲールが目指したものを基礎として、現代の看護があります。その意味では介護と看護の違いを明確にするというより、介護は看護の基礎をなすアート（専門技術）だと考えるほうが自然です。その中でも注目するのは「おせっかいの排除」、これは自立支援に通じます。また「観察の重要性」これらの項目は福祉の視点にも通じる対人援助の基礎でもあります。

　さて、今般、写真とイラストをふんだんに使った分かりやすい介護の入門書／西東社版『介護術』を基に、基礎の介護部分を取り出し、加筆して外国人介護士のための日本語／外国語対訳版の教科書を作成しました。このテキストが日本で介護を担ってくださる外国人介護士の皆さんの介護という活動の指針になり、また介護分野での日本語の学習にも役立てれば、監修／発行者としての大きな喜びです。

　ご存じとは思いますが、日本で介護を学び、国家資格として介護福祉士の資格を取得すれば、それが在留資格になります。また資格は無くても、日本語の基礎と介護の実務を担えれば特定技能として日本で働くことが認められます。一人でも多くの外国人の方々が日本の介護を学び実務につき、より多くの人々の幸せ実現につながることを祈念して止みません。

（公財）社会福祉・振興試験センター理事長
前社会福祉法人至誠学舎立川理事長
橋本正明

原本：『写真とイラストですぐわかる　安全・やさしい「介護術」』西東社版　2014.12.5

Preface

What is the difference between caregiving and nursing? Both appear to be specialized jobs backed by national qualifications, but in reality, the line between the two is quite hard to draw. Florence Nightingale's 1859 book Notes on Nursing is a historical document about nursing. When we read it, we find a description of nursing in the 19th century as the industrial revolution progressed for the working class of London, people who lived in an impoverished and unsanitary environment. We can see that Nightingale's idea of "nursing" involves the improvement of living conditions in order to help a patient recover sooner and self-reliance that promotes the improvement of a patient's condition. We can also say that this goal of providing more than physical assistance is the aim of contemporary caregiving.

We can look at a number of items, such as the following: ventilation and heat, healthy living and a hygienic bed, bedding, bodily cleanliness, food, sunlight, the elimination of meddlesome encouragement and advice, and the observation of sick individuals. Contemporary nursing exists based on a foundation of what Nightingale, the pioneer of modern nursing, set out to do. In this sense, it seems more natural to consider caregiving as the art (or specialized craft) underlying nursing rather than trying to specify differences between caregiving and nursing. One item in particular, the elimination of meddling, can lead to self-reliance. The importance of observation is also an important foundation for providing aid to others from a welfare point of view.

This book is based on *Kaigojutsu*, an easy-to-understand caregiving manual published by Seitosha full of photos and illustrations. Fundamental caregiving sections have been taken from it, to which additions were made to create a Japanese/foreign-language multilingual textbook for foreign caregivers. As supervisor/publisher of this volume, I would be overjoyed if it can become a guide to foreign caregivers providing care in Japan such as yourself, or if it is helpful in your learning of Japanese in the area of caregiving.

As you may already know, learning how to provide care in Japan and acquiring the national certification to be a care worker also means you are eligible for a visa. Even if you do not have certification, it is possible to work in Japan as a specified skill worker if you possess Japanese language fundamentals and are involved in providing care. It is my constant hope that this volume can lead to as many people as possible learning and practicing caregiving in Japan, and for it to result in happiness for as many people as possible.

Masaaki Hashimoto

President,Shisei Gakusha Tachikawa Social Welfare Foundation (N.P.O)

Original book: "Visual Aids in Safe and Easy Care-work Techniques", 『写真とイラストですぐわかる！安全・やさしい介護術』1st Edition, Published by Seito-sha, December 5, 2014.

Lời nói đầu

Sự khác nhau giữa "điều dưỡng" và "chăm sóc" là gì. Cả hai khái niệm cùng có tính chuyên môn vì đều cần trải qua kì thi chứng chỉ quốc gia, thế nhưng thực tế, thật khó để vạch được rõ ranh giới giữa hai khái niệm. Cuốn sách "Ghi nhớ về chăm sóc" của Nightingale là cuốn sách lịch sử về "Chăm sóc". Cuốn sách có nội dung về công việc chăm sóc tầng lớp người lao động London đang phải vật lộn với cuộc sống đói nghèo, môi trường sinh hoạt thiếu vệ sinh trong bối cảnh cuộc cách mạng công nghiệp thế kỉ 19. Qua cuốn sách này, chúng ta hiểu được "Chăm sóc" mà bà nhắc tới là cải thiện môi trường sống để người bệnh nhanh phục hồi, hỗ trợ tự lập để thúc đẩy bệnh tình tiến triển tốt hơn. Và chúng ta có thể hiểu rằng điều này cũng chính là "Điều dưỡng" hiện nay mà chúng ta đang hướng tới.

Qua cuốn sách này chúng ta có thể thấy những mực như "lưu thông không khí, làm ấm phòng, nơi ở thông thoáng, giường và chăn gối sạch sẽ, làm sạch thân thể, giục người bệnh ăn uống, ra ngoài tiếp xúc với ánh nắng mặt trời, loại bỏ nhưng khích lệ và nhắc nhở không cần thiết, quan sát người bệnh" v.v...

Điều dưỡng hiện nay chính là dựa trên những điều mà Nightingale, người tiên phong trong chăm sóc hiện đại, đã hướng tới. Chính vì thế, thay vì làm rõ sự khác nhau giữa "điều dưỡng" và "chăm sóc" thì chúng ta nên hiểu rằng điều dưỡng là nghệ thuật (kĩ thuật chuyên môn) có chăm sóc là nền tảng. Trong đó, đáng chú ý là "loại bỏ những việc thừa" để hỗ trợ tự lập. Ngoài ra, những mục trong "tầm quan trọng của quan sát" là điều cơ bản trong hỗ trợ người bệnh dưới quan điểm phúc lợi.

Và lần này chúng tôi dựa vào cuốn "Kĩ thuật điều dưỡng" của nhà xuất Bản Tozai, một cuốn sách nhập môn về điều dưỡng rất dễ hiểu có sử dụng nhiều ảnh và hình minh họa, lựa chọn những phần về điều dưỡng cơ bản, biên soạn lại để cho ra đời cuốn sách giáo khoa bằng tiếng Nhật có kèm dịch tiếng Anh, Việt dành cho những điều dưỡng viên người nước ngoài. Chúng tôi rất vui nếu cuốn giáo trình này có thể trở thành kim chỉ nam cho hoạt động điều dưỡng của các bạn điều dưỡng viên người nước ngoài sẽ gánh vác công việc điều dưỡng tại Nhật Bản.

Như các bạn đã biết, nếu học về điều dưỡng và lấy được chứng chỉ chuyên viên phúc lợi điều dưỡng của quốc gia thì cũng có thể lấy được tư cách lưu trú này. Hoặc không có chứng chỉ cũng vẫn được chấp nhận làm việc tại Nhật Bản với tư cách đặc định nếu đang làm công việc về tiếng Nhật và điều dưỡng. Chúng tôi không mong ước gì hơn rằng sẽ có ngày càng nhiều hơn người nước ngoài học về điều dưỡng của Nhật Bản, tham gia vào công việc này để làm cuộc sống của nhiều người được hạnh phúc hơn.

Masaaki Hashimoto

目<ruby>次<rt>もく じ</rt></ruby>

Table of Contents
Mục lục

はじめに Preface / Lời nói đầu -- 2

<ruby>本書<rt>ほんしょ</rt></ruby>の<ruby>使<rt>つか</rt></ruby>い<ruby>方<rt>かた</rt></ruby> How to Use This Book / Cách sử dụng sách------------------ 8

<ruby>音声<rt>おんせい</rt></ruby>ダウンロードの<ruby>方法<rt>ほうほう</rt></ruby>（<ruby>日本語版<rt>にほんごばん</rt></ruby>）
How to Download Voice Data (Japanese ver.) / HƯỚNG DẪN TẢI FILE ÂM THANH (Phiên bản tiếng nhật) ----------- 10

<ruby>序章<rt>じょしょう</rt></ruby>　<ruby>介護<rt>かいご</rt></ruby>の<ruby>前<rt>まえ</rt></ruby>に
Introduction　Introduction to Care Work
Chương mở đầu　Giới thiệu về điều dưỡng　**11**

● ことばの<ruby>整理<rt>せいり</rt></ruby> Organizing Vocabulary / Tổng hợp từ vựng 14
● <ruby>確認問題<rt>かくにんもんだい</rt></ruby> Review Questions / Câu hỏi kiểm tra 14

<ruby>第<rt>だい</rt></ruby>1<ruby>章<rt>しょう</rt></ruby>　「<ruby>起<rt>お</rt></ruby>きる」「<ruby>立<rt>た</rt></ruby>つ」「<ruby>座<rt>すわ</rt></ruby>る」<ruby>動作<rt>どうさ</rt></ruby>
Chapter 1　Actions: Getting out of bed, standing, sitting
Hoạt động "Dậy" "Đứng" "Ngồi"　**15**

1 <ruby>体位変換<rt>たいいへんかん</rt></ruby> Turning in Bed / Thay đổi tư thế------------------ 16
2 <ruby>起<rt>お</rt></ruby>き<ruby>上<rt>あ</rt></ruby>がり Getting up / Ngồi dậy -------------------------- 19
3 <ruby>立<rt>た</rt></ruby>ち<ruby>上<rt>あ</rt></ruby>がり Standing up / Đứng dậy----------------------- 22
4 <ruby>移乗介助<rt>いじょうかいじょ</rt></ruby> Transfer Assistance / Hỗ trợ lên xe lăn--------- 25
● ことばの<ruby>整理<rt>せいり</rt></ruby> Organizing Vocabulary / Tổng hợp từ vựng 28
● <ruby>確認問題<rt>かくにんもんだい</rt></ruby> Review Questions / Câu hỏi kiểm tra 30

<ruby>第<rt>だい</rt></ruby>2<ruby>章<rt>しょう</rt></ruby>　<ruby>移動介助<rt>いどうかいじょ</rt></ruby>
Chapter 2　Moving Assistance
Hỗ trợ di chuyển　**31**

1 <ruby>車<rt>くるま</rt></ruby>いす<ruby>介助<rt>かいじょ</rt></ruby> Assisting User in Wheelchair / Hỗ trợ xe lăn ------------------------------ 32
　① <ruby>車<rt>くるま</rt></ruby>いす<ruby>各部分<rt>かくぶぶん</rt></ruby>の<ruby>呼<rt>よ</rt></ruby>び<ruby>方<rt>かた</rt></ruby> Terminologies for wheelchair parts / Tên gọi các bộ phận của xe lăn 32
　② <ruby>車<rt>くるま</rt></ruby>いすを<ruby>操作<rt>そうさ</rt></ruby>する<ruby>前<rt>まえ</rt></ruby>に Before operating a wheelchair / Trước khi thao tác xe lăn 33
　③ <ruby>車<rt>くるま</rt></ruby>いすの<ruby>押<rt>お</rt></ruby>し<ruby>方<rt>かた</rt></ruby> How to operate a wheelchair / Cách đẩy xe lăn 34
　④ <ruby>車<rt>くるま</rt></ruby>いすの<ruby>押<rt>お</rt></ruby>し<ruby>方<rt>かた</rt></ruby>（<ruby>下<rt>くだ</rt></ruby>り<ruby>坂<rt>ざか</rt></ruby>・<ruby>段差<rt>だんさ</rt></ruby>） How to operate a wheelchair (downhills) / Cách đẩy xe lăn (dốc, bậc thang) 36
　⑤ エレベーターの<ruby>乗降介助<rt>じょうこうかいじょ</rt></ruby> Assistance in elevator / Hỗ trợ vào thang máy 39

2 <ruby>歩行<rt>ほこう</rt></ruby>の<ruby>介助<rt>かいじょ</rt></ruby> Assistance with Walking / Hỗ trợ bước đi ------------------------------ 40
● ことばの<ruby>整理<rt>せいり</rt></ruby> Organizing Vocabulary / Tổng hợp từ vựng 44
● <ruby>確認問題<rt>かくにんもんだい</rt></ruby> Review Questions / Câu hỏi kiểm tra 46

第3章　食事介助
Chapter 3　Eating Assistance
Hỗ trợ ăn uống

47

1 配膳　Catering / Phát đồ ăn --- 48

2 食事介助　Assistance / Hỗ trợ ăn --- 50
● ことばの整理　Organizing Vocabulary / Tổng hợp từ vựng　53
● 確認問題　Review Questions / Câu hỏi kiểm tra　54

第4章　清潔を保つための介助
Chapter 4　Grooming and Dressing Assistance
Hỗ trợ giữ gìn vệ sinh

55

1 身だしなみを整える　Be Well-groomed / Chỉnh trang vẻ bề ngoài ------------------------ 56

2 着替えの介助　Assisting with Dressing / Hỗ trợ thay quần áo --------------------------- 58
① 寝た状態での着替えの介助【かぶるタイプの上着の場合】　59
Assisting to change clothes in a lying position (slipover-shirt) / Hỗ trợ thay quần áo trong tư thế nằm (với áo chui đầu)

② 寝た状態での着替えの介助【前開きタイプの上着の場合】　61
Assisting to change clothes in a lying position (open-shirt) / Hỗ trợ thay quần áo trong tư thế nằm (với áo mở khuy trước)

③ 寝た状態での着替えの介助【ズボンの場合】　63
Assisting to change clothes in a lying position (taking off/putting on pants) / Hỗ trợ thay quần áo trong tư thế nằm (với quần)

④ 座った姿勢での着替えの介助【かぶるタイプの上着の場合】　66
Assisting to change clothes in a sitting position (slipover-shirt) / Hỗ trợ thay quần áo trong tư thế ngồi (với áo chui đầu)

⑤ 座った姿勢での着替えの介助【前開きタイプの上着の場合】　68
Assisting to change clothes in a sitting position (open-shirt) / Hỗ trợ thay quần áo trong tư thế ngồi(với áo mở khuy trước)

⑥ 座った姿勢での着替えの介助【ズボンの場合】　70
Assisting to change clothes in a sitting position (taking off/putting on pants) / Hỗ trợ thay quần áo trong tư thế ngồi (với quần)

3 口腔ケア・入れ歯のケア　Oral Care, Denture Care / Chăm sóc khoang miệng, chăm sóc răng giả ------------- 72
① 口腔ケア　Oral care / Vệ sinh khoang miệng　72
② 入れ歯の手入れ　Denture care / Vệ sinh răng giả　75

4 爪切り　Nail Clipping / Cắt móng tay, móng chân -- 76
● ことばの整理　Organizing Vocabulary / Tổng hợp từ vựng　79
● 確認問題　Review Questions / Câu hỏi kiểm tra　82

第5章 入浴介助
だい しょう にゅうよくかいじょ

Chapter 5 Bathing Assistance
Hỗ trợ tắm rửa **83**

1 入浴前の準備 / Preparation before bathing / Chuẩn bị trước khi tắm ----------84
にゅうよくまえ じゅんび

2 入浴中のケア Care assistance during bathing / Chăm sóc trong khi tắm ----------87
にゅうよくちゅう

1 体の 洗い方・髪の 洗い方（共通）87
からだ あら かた かみ あら かた きょうつう
Basic methods for washing body and hair / Cách tắm thân thể, cách gội đầu (thông thường)

2 体の 洗い方・髪の 洗い方（座位の 場合）89
からだ あら かた かみ あら かた ざい ばあい
Washing body and hair（sitting position）/ Cách tắm, cách gội đầu (với tư thế ngồi)

3 体の 洗い方・髪の 洗い方（臥位の 場合）91
からだ あら かた かみ あら かた がい ばあい
Washing body and hair（lying position）Cách tắm, cách gội đầu (với tư thế nằm)

⬤ ことばの 整理 Organizing Vocabulary / Tổng hợp từ vựng 92
せいり

⬤ 確認問題 Review Questions / Câu hỏi kiểm tra 94
かくにんもんだい

第6章 排泄介助
だい しょう はいせつかいじょ

Chapter 6 Excretion Assistance
Hỗ trợ đi vệ sinh **95**

1 排泄ケアの ポイント Tips of Care Assistance for Excretion / Những chú ý khi hỗ trợ đi vệ sinh -------97
はいせつ

2 トイレでの 排泄介助（車いすで 移動する 人）Toilet Assistance for Excretion (for Wheelchair Users) /
はいせつかいじょ くるま いどう ひと
Hỗ trợ đi vệ sinh trong nhà vệ sinh (người di chuyển bằng xe lăn) -98

3 ポータブルトイレでの 排泄介助 Assisting with Portable Toilet Excretion /
はいせつかいじょ
Hỗ trợ đi vệ sinh bằng toilet di động -------103

4 おむつの 交換 Changing a Diaper / Thay bỉm --------107
こうかん

⬤ ことばの 整理 Organizing Vocabulary / Tổng hợp từ vựng 110
せいり

⬤ 確認問題 Review Questions / Câu hỏi kiểm tra 112
かくにんもんだい

音声ダウンロードの 方法（英語版・ベトナム語版）
おんせい ほうほう えいごばん ごばん
How to Download Voice Data (English / Vietnamese ver.) / Cách tải file âm thanh (bản tiếng Anh, bản tiếng Việt) --------113

確認問題 解答 Review Questions - Answers / Câu hỏi ôn bài - Lời giải --------114
かくにんもんだい かいとう

「声かけ表現」一覧 List of "Greeting Expressions" / Danh sách "Mẫu câu lời gọi" --------120
こえ ひょうげん いちらん

さくいん Index / Tra cứu --------125

本書の 使い方

How to Use This Book
Cách sử dụng sách

本書は 介護現場での 介助の 仕方を 写真や イラストを 用いて、わかりやすく 解説した 本です。

🇪 This book uses photos and illustrations to explain how to provide care in caregiving situations in an easily understood way.

🇻 Cuốn sách này giải thích dễ hiểu cách chăm sóc tại cơ sở điều dưỡng bằng ảnh và hình minh họa.

介助の 方法を 写真と ともに わかりやすく 解説。

🇪 Learn how to provide care through easily understood explanations and photographs.

🇻 Sử dụng ảnh để giải thích dễ hiểu nhất về cách hỗ trợ, chăm sóc.

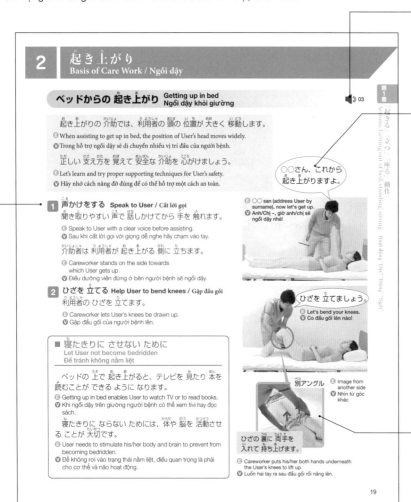

声かけ表現は音声付き。

🇪 Voice files are included for greeing expressions.

🇻 Mẫu câu lời gọi có kèm file âm thanh.

安心して 介護を 受けて もらう ために
声かけ表現は とても 大切。
場面ごとに 一つ一つ 紹介。

🇪 Spoken expressions are important in order for users to receive care while having peace of mind. Individual expressions are introduced for different situations.

🇻 Lời gọi rất quan trọng để giúp người bệnh yên tâm nhận sự hỗ trợ. Mỗi bối cảnh lại được giới thiệu từng câu cụ thể.

見えにくい 場所は、別の アングルの
写真でも 確認。

🇪 Refer to photographs from different angles in situations that are hard to see.

🇻 Những góc khó nhìn sẽ được dùng ảnh từ góc chụp khác để nhìn rõ hơn.

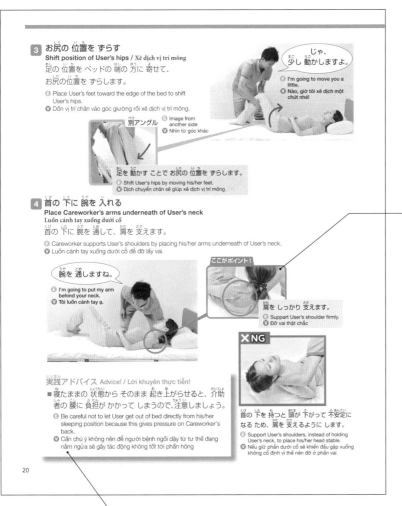

20

特に ポイントに なる ことは、
フォーカスして 解説。

🇪 Particularly important points are given special focus.
🇻 Chú trọng giải thích những điểm cần chú ý.

介護の 現場で すぐに 役立つ 実践的な アドバイスを 紹介。

🇪 Practical advice that is immediately usable in caregiving situations is introduced.
🇻 Giới thiệu những lời khuyên thực tiễn hữu ích có thể dùng ngay tại cơ sở điều dưỡng.

ことばの 整理
Organizing Vocabulary / Tổng hợp từ vựng

各章末に、その 章で 使われている ことばを
「一般的な ことば」と「専門的な ことば・介護現場で よく 使う ことば」に 分けて、載せています。

🇪 At the end of each chapter, frequently used vocabulary from that chapter is split into "general vocabulary" and "specialized vocabulary / vocabulary often used in caregiving situations" and printed there.
🇻 Cuối mỗi chương đều phân loại từ xuất hiện trong chương đó thành 2 loại "từ thông thường" và "từ chuyên môn, từ thường dùng tại cơ sở điều dưỡng".

確認問題
Review Questions
Câu hỏi kiểm tra

各章末に 確認問題を 設けて、学習した 内容が どのくらい 覚えられたのか、確認します。

🇪 Review questions are included at the end of each chapter for you to check how much of the learned content you remember.
🇻 Cuối mỗi chương đều có đặt câu hỏi ôn lại bài giúp người đọc kiểm tra lại nhớ được bao nhiêu nội dung đã học.

🔊 音声ダウンロードの 方法

STEP 1 方法は次の3通り！

● QRコードを読み取ってアクセス。

● https://www.jresearch.co.jp/book/b583122.html を入力して
アクセス。

● Jリサーチ出版のホームページ（https://www.jresearch.co.jp/）に
アクセスして、「キーワード」に書籍名を入れて検索。

STEP 2 ページ内にある「音声ダウンロード」ボタンを
クリック！

STEP 3 ユーザー名「1001」、パスワード「25205」を入力！

STEP 4 音声の 利用方法は2通り！
学習スタイルに合わせた方法でお聴きください！

● 「音声ファイル一括ダウンロード」より、ファイルをダウンロード
して聴く。

● 「▶」ボタンを押して、その場で再生して聴く。

※ ダウンロードした音声ファイルは、パソコン・スマートフォンなどでお聴きいただくこと
ができます。一括ダウンロードの音声ファイルは .zip 形式で圧縮してあります。解凍して
ご利用ください。ファイルの解凍がうまくできない場合は、直接の音声再生も可能です。

● 音声ダウンロードについてのお問合せ先 ●

toiawase@jresearch.co.jp （受付時間：平日9時〜18時）

<ruby>介<rt>かい</rt></ruby><ruby>護<rt>ご</rt></ruby>の <ruby>前<rt>まえ</rt></ruby>に
Introduction to Care Work
Giới thiệu về điều dưỡng

介護とは、ただ利用者の 日常生活の 動作を 手伝う ことでは ありません。以下の ような ケアサービスの 基本原則を 大切に しながら、生活全般を 支援する ことです。

E Caregiving is not only about assisting users with their daily actions. It is about valuing the following basic principles of care service while assisting with their overall life.

V Điều dưỡng không chỉ là giúp đỡ những hoạt động thường ngày của người bệnh (người sử dụng dịch vụ). Hỗ trợ toàn diện sinh hoạt đồng thời cần coi trọng những nguyên tắc cơ bản về dịch vụ chăm sóc dưới đây.

■ 利用者の 意志を 尊重する

Respect Service Users' intention / Tôn trọng ý muốn của người bệnh

人は 体が 不自由に なっても、「どうしたいか」は 自分で 決める ことが できます。また、認知症で 理解する 力や 判断する 力が 弱くなっても、わかりやすい 説明や、情報の 提供の 仕方に よって、自分の 意志を 表して もらう ことが できる 場合も 多く あります。

介助者が 自分の 判断で 「この 人に とって、こう する ことが 良い ことだ」と 決めつけて しまう ことは 正しく ありません。できるだけ、利用者の 気持ちを 引き出す ように して、尊重する ことが 大切です。利用者の 意志を 尊重する ことは、主体的に 生活する 意欲を 引き出す ことでも あります。

E We can make our decisions about "what we want to do" even though we become physically disabled. Persons with dementia may have cognitive or decision-making impairment, but they may be able to express themselves by a support of the easy-to-understand instructions or the clue information for judgments provided in the effective way.
It is not fair that Careworkers assume, "this is the right thing for this person" based on their judgment. It is important that we try to elicit and respect the Users' wishes as much as possible. Respecting the Users' wishes means enhancing motivation to live their lives independently.

V Con người dù cơ thể có bất động thì vẫn có thể tự mình quyết "muốn thế nào?". Ngoài ra, nếu được giải thích và cung cấp thông tin dễ hiểu thì dù khả năng nhận thức, quyết định vấn đề bị yếu đi vì bệnh lẫn thì vẫn có nhiều trường hợp có thể bày tỏ được ý muốn của mình.
Thật sai lầm khi người điều dưỡng tự quy chụp rằng "với người này thì nên làm như thế này". Khơi gợi được cảm xúc và tôn trọng cảm xúc đó của người bệnh là vô cùng quan trọng. Tôn trọng ý muốn của người bệnh cũng là khơi gợi được ý chí sống tự chủ.

■「できる こと」は 自分で やって もらう

Let Service Users do what they can do / Để người bệnh tự làm "những việc có thể làm"

　何でも やって あげるのが 良い 介護、利用者の ためを 思う 介護とは 言えません。また、本人が やる よりも やって あげた 方が 早いと いう 理由で 介助者が やって しまう ことも 良くありません。できる ことまで 介助して しまうと、体を 動かさなく なって、すっかり 人に 頼る ように なります。そして、できる ことも しなくなって しまいます。また、体の 機能は 使わない ことで さらに 低下して しまいます。

　まず、それぞれの 利用者の 「できる ことは 何か」「できない ことは 何か」を 知る ことが 大事です。そして、「できない こと」だけを 介助して、「できる こと」は 本人に やって もらうように する ことが 基本です。この ことは、本人の 能力の 維持、機能の 向上に つながるのです。

Ⓔ Helping the Users in everything is not always good care work for them. Also it is not a good idea for Careworker to help Users because of making it quicker. Helping the Users in what they can do themselves will result in them being physically inactive and having muscle weakness.
First of all, we need to know what each User can do and cannot do. Then, Careworker basically helps what they cannot do and let the Users do what they can do. Letting the Users do what they can leads to maintaining their abilities and improving their physical functions.

Ⓥ Cái gì cũng làm giúp thì không thể gọi là điều dưỡng tốt hay điều dưỡng vì người bệnh. Và người điều dưỡng làm giúp với lí do mình làm thì nhanh hơn người bệnh cũng không phải là cách làm hay. Nếu hỗ trợ cả những việc người kia có thể làm thì cơ thể không được vận động dẫn tới sẽ ỉ lại hoàn toàn vào người khác. Kết quả là ngay cả việc có thể làm cũng không làm nữa. Rốt cuộc, cơ năng của cơ thể càng giảm sút vì không được sử dụng.
Trước tiên, điều quan trọng là phải biết mỗi người bệnh "Có thể làm gì" và "Không thể làm gì". Sau đó cơ bản chỉ hỗ trợ "việc không thể làm", còn "việc có thể làm" thì để người bệnh tự làm . Việc này giúp người bệnh duy trì được khả năng của bản thân đồng thời nâng cao được cơ năng.

■ これまでの 生活を 継続できる ように する

Help Service Users to maintain their usual life / Duy trì được sinh hoạt từ trước tới nay

　たとえ 心身に 障害を 負って、自宅での 生活が 困難に なっても、多くの 人は 自分らしく いられる 思い出が いっぱい ある 住み慣れた 自宅での 生活を 望みます。それぞれの 人が 今まで 大切に して きた 生活の 仕方を できるだけ 実現できる よう 助ける ことは、利用者の 主体性を 尊重して、生活意欲を 損なわない 生活支援に つながります。その ためには、施設で 生活する ように なっても、できるだけ その 人らしい 生活環境や 生活リズムで 生活できる ように、支援する ことが 大切です。

Ⓔ Although people get physically impaired or have difficulties to continue living at home, most of them think of continuing to live at home, which provides life space suited to them with memories and comfort. Assisting the Users to maintain their daily life they have treasured as well as we can means respecting their individuality.
And this leads to a life support which motivates them to live their lives. In order to make that happen, it is important to keep their life environment and rhythm in daily life, and self-realization of who they are, as much as possible the same even if they start a new life at the care facility.

Ⓥ Dù cơ thể có tật nguyền, sinh hoạt tại gia có gặp khó khăn thì nhiều người vẫn mong muốn được sống là chính mình tại ngôi nhà thân thuộc, đầy ắp kỉ niệm. Giúp đỡ người bệnh có được cuộc sống như trước giờ họ vẫn trân trọng chính là tôn trọng tính chủ thể của người bệnh, là hỗ trợ cuộc sống để họ không mất đi ý trí sống. Để làm được điều đó, điều quan trọng là khi người bệnh sống ở trung tâm điều dưỡng cũng cố gắng hỗ trợ để người đó có thể sinh hoạt đúng với môi trường và nhịp điệu của bản thân.

一般的な ことば　General Terms　Từ vựng thông thường

☐ 利用者　（介護サービスの）利用者

☐ 日常生活　(E) daily life　(V) cuộc sống thường ngày

☐ 動作　(E) actions　(V) động tác

☐ 基本　(E) basics　(V) cơ bản

☐ 原則　(E) general rule　(V) nguyên tắc

☐ 全般　(E) universal　(V) toàn diện, toàn bộ

☐ 支援(する)　(E) (to) support　(V) hỗ trợ

☐ 意志　(E) will　(V) ý chí, mong muốn

☐ 尊重(する)　(E) (to) respect　(V) tôn trọng

☐ 理解(する)　(E) (to) understand　(V) hiểu, lí giải

☐ 判断(する)　(E) (to) decide　(V) nhận định, phán đoán

☐ 情報　(E) information　(V) thông tin

☐ 提供(する)　(E) (to) offer　(V) cung cấp

☐ 表す　(E) display　(V) thể hiện

☐ 引き出す　外に 表れる ように する

☐ 意欲　(E) desire　(V) muốn, ý muốn

☐ 本人　(E) the person him/herself　(V) bản thân người đó

☐ 頼る　(E) rely　(V) dựa dẫm vào, nhờ cậy

☐ 機能　(E) function　(V) cơ năng

☐ 低下(する)　(E) (to) lower　(V) giảm sút

☐ 能力　(E) ability　(V) năng lực

☐ 維持(する)　(E) (to) maintain　(V) duy trì

☐ 向上　(E) improvement　(V) nâng cao, cải thiện

☐ つながる　(E) connect　(V) liên kết

☐ 心身　(E) mind and body　(V) tâm và thể (tâm hồn lẫn thể chất)

☐ 障害　(E) impediment　(V) tàn tật, khiếm khuyết, cản trở

☐ 負う　(E) bear; carry　(V) đeo, vác, gánh vác

☐ 自宅　(E) one's home　(V) nhà riêng

☐ 困難　(E) difficulty　(V) khó khăn

☐ 住み慣れる　(E) become accustomed to living　(V) sống quen

☐ 望む　(E) desire　(V) mong muốn

☐ 実現する　(E) make into reality　(V) thực hiện

☐ 主体性　(E) independence　(V) tính chủ thể

☐ 損なう　(E) lose　(V) tổn thất, mất mát

☐ 施設　(E) facility　(V) cơ sở

専門的な ことば・介護現場で よく 使う ことば　Specialized Terms / Frequently Used Terms in Caregiving Situations　Từ chuyên môn, từ thường dùng trong công việc điều dưỡng

☐ 介護　(E) caregiving　(V) điều dưỡng

☐ ケアサービス　(E) care services　(V) dịch vụ chăm sóc

☐ 不自由　(E) disabled　(V) không tự do, bộ phận nào đó trên cơ thể có khuyết tật.

☐ 認知症　(E) dementia　(V) bệnh lẫn

☐ 介助者　(E) caregiver　(V) người hỗ trợ, điều dưỡng viên

☐ 決めつける　(E) jump to a conclusion　(V) có thành kiến

☐ 主体的(な)　(E) independent　(V) chủ thể

確認問題　Review Questions　Câu hỏi kiểm tra

正しい ものに 〇を、間違っている ものには ×を 書いて ください。

❶ （　　　） 介護とは 利用者の 動作を 手伝う ことです。

❷ （　　　） 介護では、利用者の 考えや 気持ちを 聞く ことが とても 大切です。

❸ （　　　） 介助者は 利用者が 望む ことを なんでも して あげます。

❹ （　　　） 介護施設では、利用者全員が 同じ 生活を する ことが 大切です。

「起きる」「立つ」「座る」動作
Actions: Getting out of bed, standing, sitting
Động tác "dậy" "đứng" "ngồi

褥瘡を 防ぐ 体位変換 Turning in Bed to Prevent Bedsores
Thay đổi tư thế để chống hoại tử

 02

褥瘡は、体の 一部が 圧迫されて 血流が 悪くなって、組織が 壊れて 死んで しまった 状態の ことです。体位変換の 正しい 知識を 身に つけて、褥瘡を 予防しましょう。

🇪 Turning in bed to prevent bedsores, which are injuries to skin and underlying tissue resulting from prolonged pressure on the skin. The appropriate knowledge of how to turn a body can protect User from bedsores.

🇻 Hoại tử nghĩa là một phần của cơ thể bị chèn ép, máu lưu thông kém khiến tổ chức da bị phá hủy và ở trạng thái chết . Cần hiểu rõ kiến thức đúng về thay đổi tư thế để phòng hoại tử.

■ 体位変換が 褥瘡を 防ぐ
Turning in bed to prevent bedsores / Thay đổi tư thế để phòng hoại tử

褥瘡とは What is Bedsore? / Hoại tử là gì

同じ 姿勢で 長く 寝て いると、体の 一部が 圧迫されて 血流が 悪くなって、周辺の 組織が 死んで しまいます。これが 褥瘡です。

褥瘡は 悪化すると、細菌感染などを 起こして 全身に 症状が 広がる ことも あります。

🇪 Bedsore develops when sleeping in the same position for long time. It puts pressures on a part of the User's body and creates poor blood circulation resulting in cellular necrosis. When bedsores get worse, they can cause virus infections that affect the whole body.

🇻 Khi nằm lâu ở một tư thế, một phần cơ thể bị chèn ép, máu lưu thông kém khiến tổ chức da xung quanh đó bị chết. Đây chính là hoại tử. Phần hoại tử nặng hơn có thể gây nhiễm khuẩn và lan rộng ra toàn thân. Người khỏe mạnh khi ngủ có thể vô thức thay đổi tư thế nhưng với người cơ thể đã yếu chức năng này cần phải có sự trợ giúp.

体位変換と 褥瘡予防 Turning in bed and preventing bedsores
Thay đổi tư thế và phòng hoại tử

褥瘡を 予防する ためには、体の 同じ ところが 長く 圧迫されない ように 体位変換を する 必要が あります。

🇪 Preventing bedsores needs turning a body to change its positions given prolonged pressures on.

🇻 Để phòng ngừa hoại tử, cần phải thay đổi tư thế để một phần nào đó của cơ thể không bị chèn ép trong thời gian dài.

健康な 人は、寝ている ときでも 無意識に 寝返りを する ことが できますが、体の 機能が 弱って いる 人は、介助を して もらわなければ なりません。

🇪 Healthy persons can turn by themselves without conscious efforts during their sleeping. But the persons with physical weakness must need assistance.

🇻 Người khỏe mạnh có thể vô thức trở mình trong khi ngủ nhưng người bị suy yếu chức năng cơ thể thì cần phải có người trợ giúp.

褥瘡を 防ぐ ためには、2時間に 一度の 体位変換が 必要です。

🇪 Preventing bedsores needs turning once every two hours.

🇻 Để phòng ngừa hoại tử, cần phải thay đổi tư thế 2 giờ một lần.

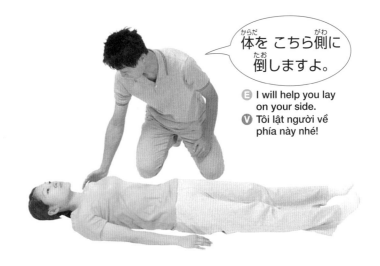

1 声かけを する
こえ

Speak to User

Lên tiếng gọi

介助者は 利用者が 寝返る 側に 座って、
かいじょしゃ　りようしゃ　ねがえ　がわ　すわ
声かけを します。
こえ

- E Careworker sits beside where to turn User in his/her side and communicate.
- V Điều dưỡng viên ngồi ở bên người bệnh sẽ trở mình rồi cất lời gọi.

> 体を こちら側に
> からだ　　　　がわ
> 倒しますよ。
> たお

- E I will help you lay on your side.
- V Tôi lật người về phía này nhé!

2 腕を 胸の 上で 組む
うで　むね　うえ　く

Help User to cross arms

Vòng hai tay trước ngực

体位変換を しやすいように、利用者の
たいいへんかん　　　　　　　　りようしゃ
腕を 胸の 上で 組みます。
うで　むね　うえ　く

- E Cross User's arms on the chest to make it easy to change his/her side.
- V Tay của người bệnh trước ngực để dễ thay đổi tư thế.

> 腕を 組みましょう。
> うで　く

- E Let's cross your arms.
- V Khoanh tay lại nào.

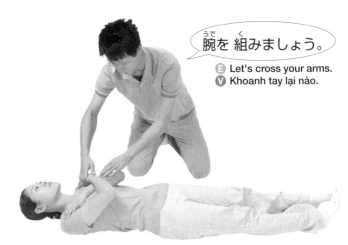

3 足を 組む
あし　く

Help User to cross legs

Gác chân

利用者の 足を 組みます。
りようしゃ　あし　く
体位変換を する 方向と
たいいへんかん　　　　ほうこう
反対の 足を 上に します。
はんたい　あし　うえ

- E Help to cross User's legs from right over left.
- V Gác chân của người bệnh. Đặt chân ngược với hướng định trở mình lên trên.

> 奥の 足を 手前の 足の 上に 乗せます。
> おく　あし　てまえ　あし　うえ　の
>
> - E Place User's leg which is opposite Careworker's side over the other leg on the side of Careworker.
> - V Chân bên trong đặt lên trên chân bên ngoài.

> 足も 組みますよ。
> あし　く

- E Let's cross your legs, too.
- V Tôi gác chân lên nhé!

寝返りの 方向
ねがえ　　　ほうこう

- E Direction of change
- V Hướng định trở mình

17

4 肩と お尻に 手を 当てる

Place hands on the shoulder and bottom of User

Đặt tay vào vai và mông

肩と お尻に 手を 当てて、体位変換の準備を します。

🇬🇧 Careworker places hands on User's shoulder and bottom to prepare for changing User's position.

🇻🇳 Đặt tay vào vai và mông để chuẩn bị trở mình.

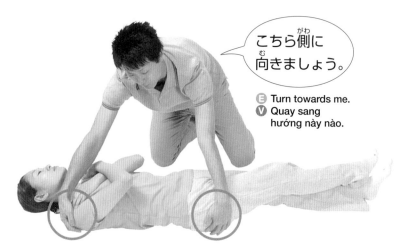

こちら側に 向きましょう。

🇬🇧 Turn towards me.
🇻🇳 Quay sang hướng này nào.

5 手前に 体位変換を させる

Help User to change posision

Trở mình ra phía trước

手前に 体位変換を させます。

🇬🇧 Help User to change position towards Careworker.

🇻🇳 Trở mình bệnh nhân sang phía trước.

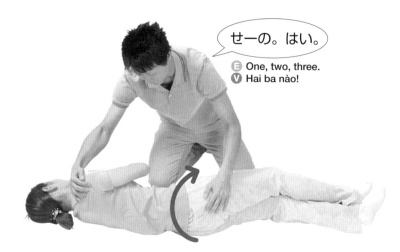

せーの。はい。

🇬🇧 One, two, three.
🇻🇳 Hai ba nào!

6 完了！

Completion of turning User's position

Hoàn thành

姿勢が 安定するまで しっかり 支えます。

🇬🇧 Firmly hold User's body until he/she is in a stable position.

🇻🇳 Đỡ người bệnh nhân thật chắc cho tới khi tư thế ổn định.

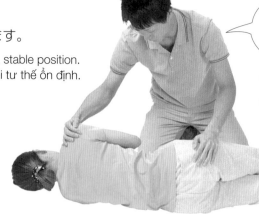

痛みを 感じる ところは ありませんか。

🇬🇧 Do you feel any pain?
🇻🇳 Anh/Chị có thấy đau chỗ nào không?

これを 2時間に 一度の ペースで 繰り返して いきます。

🇬🇧 Continue turning User's position once every two hours.

🇻🇳 Lặp lại việc này 2 giờ 1 lần.

2 起き上がり
Basis of Care Work / Ngồi dậy

ベッドからの 起き上がり Getting up in bed / Ngồi dậy khỏi giường

🔊 03

起き上がりの 介助では、利用者の 頭の 位置が 大きく 移動します。

🇪 When assisting to get up in bed, the position of User's head moves widely.

🇻 Trong hỗ trợ ngồi dậy sẽ di chuyển nhiều vị trí đầu của người bệnh.

正しい 支え方を 覚えて 安全な 介助を 心がけましょう。

🇪 Let's learn and try proper supporting techniques for User's safety.

🇻 Hãy nhớ cách nâng đỡ đúng để có thể hỗ trợ một cách an toàn.

1 声かけをする Speak to User / Cất lời gọi

聞き取りやすい 声で 話しかけてから 手を 触れます。

🇪 Speak to User with a clear voice before assisting.

🇻 Sau khi cất lời gọi với giọng dễ nghe hãy chạm vào tay.

介助者は 利用者が 起き上がる 側に 立ちます。

🇪 Careworker stands on the side towards which User gets up.

🇻 Điều dưỡng viên đứng ở bên người bệnh sẽ ngồi dậy.

2 ひざを 立てる Help User to bend knees / Gập đầu gối

利用者の ひざを 立てます。

🇪 Careworker lets User's knees be drawn up.

🇻 Gập đầu gối của người bệnh lên.

○○さん、これから 起き上がりますよ。

🇪 ○○ san (address User by surname), now let's get up.

🇻 Anh/Chị ~, giờ anh/chị sẽ ngồi dậy nhé!

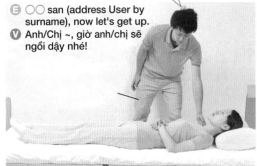

ひざを 立てましょう。

🇪 Let's bend your knees.

🇻 Co đầu gối lên nào!

■ 寝たきりに させない ために
Let User not become bedridden
Để tránh không nằm liệt

　ベッドの 上で 起き上がると、テレビを 見たり 本を 読むことが できる ように なります。

🇪 Getting up in bed enables User to watch TV or to read books.

🇻 Khi ngồi dậy trên giường người bệnh có thể xem tivi hay đọc sách.

寝たきりに ならない ためには、体や 脳を 活動させる ことが 大切です。

🇪 User needs to stimulate his/her body and brain to prevent from becoming bedridden.

🇻 Để không rơi vào trạng thái nằm liệt, điều quan trọng là phải cho cơ thể và não hoạt động.

別アングル

🇪 Image from another side

🇻 Nhìn từ góc khác

ひざの 裏に 両手を 入れて 持ち上げます。

🇪 Careworker puts his/her both hands underneath the User's knees to lift up.

🇻 Luồn hai tay ra sau đầu gối rồi nâng lên.

3 お尻の 位置を ずらす

Shift position of User's hips / Xê dịch vị trí mông

足の 位置を ベッドの 端の 方に 寄せて、
お尻の位置を ずらします。

E Place User's feet toward the edge of the bed to shift User's hips.

V Dồn vị trí chân vào góc giường rồi xê dịch vị trí mông.

じゃ、少し 動かしますよ。

E I'm going to move you a little.

V Nào, giờ tôi xê dịch một chút nhé!

別アングル

E Image from another side

V Nhìn từ góc khác

足を 動かす ことで お尻の 位置を ずらします。

E Shift User's hips by moving his/her feet.

V Dịch chuyển chân sẽ giúp xê dịch vị trí mông.

4 首の 下に 腕を 入れる

Place Careworker's arms underneath of User's neck
Luồn cánh tay xuống dưới cổ

首の 下に 腕を 通して、肩を 支えます。

E Careworker supports User's shoulders by placing his/her arms underneath of User's neck.

V Luồn cánh tay xuống dưới cổ để đỡ lấy vai.

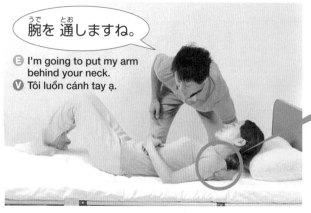

腕を 通しますね。

E I'm going to put my arm behind your neck.

V Tôi luồn cánh tay ạ.

ここがポイント！

肩を しっかり 支えます。

E Support User's shoulder firmly.

V Đỡ vai thật chắc

✕ NG

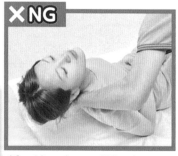

実践アドバイス Advice! / Lời khuyên thực tiễn!

■ 寝たままの 状態から そのまま 起き上がらせると、介助者の 腰に 負担が かかって しまうので、注意しましょう。

E Be careful not to let User get out of bed directly from his/her sleeping position because this gives pressure on Careworker's back.

V Cần chú ý không nên để người bệnh ngồi dậy từ tư thế đang nằm ngửa sẽ gây tác động không tốt tới phần hông

首の 下を 持つと 頭が 下がって 不安定に なる ため、肩を 支えるように します。

E Support User's shoulders, instead of holding User's neck, to place his/her head stable.

V Nếu giữ phần dưới cổ sẽ khiến đầu gập xuống không cố định vì thế nên đỡ ở phần vai.

体を こちら側に 倒しますよ。

E I will help you lay on your side.
V Tôi xoay người sang phía bên này nhé!

5 **体を 側臥位* に する**
Help User's body lay on his/her side
Chuyển cơ thể sang tư thế nằm nghiêng

足を 持って 体を 側臥位に します。

E Careworker holds User's feet and lets User's body lay on his/her side.
V Đỡ phần chân rồi chuyển cơ thể sang tư thế nằm nghiêng.

* 側臥位… 横向きに 寝ている 状態
E Lateral position
V là tư thế nằm nghiêng sang một bên

6 **起き上がり**
Help User to Get up
Đứng dậy

上半身を 起こして、足は ベッドから 下ろします。

E Careworker helps to raise User's upper body and legs down from the bed.
V Nâng phần trên cơ thể dậy, chân thì hạ xuống dưới đất.

ここがポイント！

お尻が ベッドから ずり落ちないように 気をつけます。

E Be sure not to let User's bottom slide down from the bed.
V Chú ý không để mông bị trượt khỏi giường.

痛い ところは ありませんか。

E Does it hurt anywhere?
V Có đau chỗ nào không ạ?

肩と 足を 支えて 姿勢を 安定させます。

E Hold User's shoulder and leg.
V Đỡ vai và chân để ổn định tư thế

7 **完了！**
Completion of getting out of bed / Hoàn thành!

姿勢が 安定するまで、肩と 足を しっかり 支えます。

E Firmly hold User's shoulder and leg until he/she is in a stable position.
V Đỡ vai và chân thật chắc cho tới khi ổn định tư thế.

実践アドバイス Advice! / Lời khuyên thực tiễn!
■ 介助者に 腰痛の 心配が ある 場合は、ギャッジベッド** を 利用するのも よいでしょう。

E If Careworker has risk of back pain, using gatch bed could be a good idea.
V Nếu điều dưỡng viên bị đau lưng thì có thể dùng giường tự động nâng lên hạ xuống

** ギャッジベッド…上半分を 起こす ことが できる ベッド
Gatch bed : A bed that can raise the upper body
Giường tự động: là người có thể dựng được nửa thân trên dậy.

いすからの 立ち上がり
Standing up from a chair
Đứng dậy từ ghế

🔊 04

いすから 立ち上がるとき、まず 重心を 前に 移動します。介助者は、この 利用者の 重心が 移動する 力を 使って、利用者の 動きに 合わせた 介助を 心がけましょう。

🇪 When standing from a seat, one begins by moving their center of gravity forward. Caregivers should use the strength users put into moving their center of gravity to carefully provide assistance that matches their movements.

🇻 Khi đứng lên khỏi ghế, di chuyển trọng tâm ra phía trước. Điều dưỡng viên dùng lực di chuyển trọng tâm của người bệnh để hỗ trợ phù hợp với di chuyển của người bệnh.

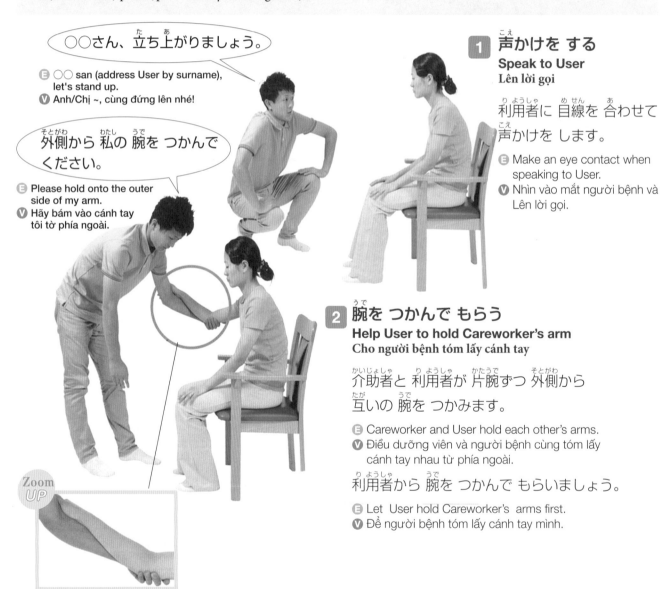

○○さん、立ち上がりましょう。

🇪 ○○ san (address User by surname), let's stand up.
🇻 Anh/Chị ~, cùng đứng lên nhé!

外側から 私の 腕を つかんで ください。

🇪 Please hold onto the outer side of my arm.
🇻 Hãy bám vào cánh tay tôi từ phía ngoài.

Zoom UP

1 声かけを する
Speak to User
Lên lời gọi

利用者に 目線を 合わせて 声かけを します。

🇪 Make an eye contact when speaking to User.
🇻 Nhìn vào mắt người bệnh và Lên lời gọi.

2 腕を つかんで もらう
Help User to hold Careworker's arm
Cho người bệnh tóm lấy cánh tay

介助者と 利用者が 片腕ずつ 外側から 互いの 腕を つかみます。

🇪 Careworker and User hold each other's arms.
🇻 Điều dưỡng viên và người bệnh cùng tóm lấy cánh tay nhau từ phía ngoài.

利用者から 腕を つかんで もらいましょう。

🇪 Let User hold Careworker's arms first.
🇻 Để người bệnh tóm lấy cánh tay mình.

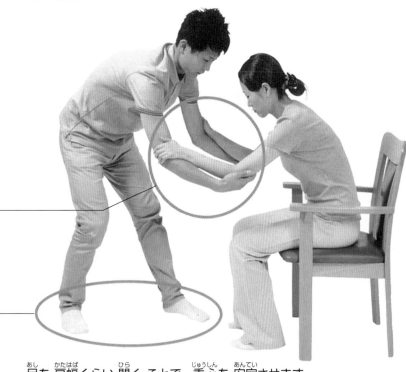

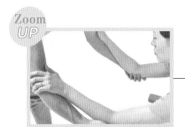

Zoom UP

互_{たが}いに ひじの 辺_{あた}りを つかみます。

E Hold each other around the elbows.
V Cả 2 cùng tóm lấy phần gần khủy tay.

足_{あし}を 肩幅_{かたはば}くらい 開_{ひら}く ことで、重心_{じゅうしん}を 安定_{あんてい}させます。

E Careworker stands with his/her legs shoulder width apart.
V Hai chân mở ra bằng vai để cố định trọng tâm.

3 床面_{ゆかめん}と 平行_{へいこう}に ひじを 引_ひく
Pull User's elbows horizontally toward Careworker
Kéo khủy tay song song với mặt đất

立_たち上_あがるとき、人_{ひと}の 重心_{じゅうしん}は
前_{まえ}に 移動_{いどう}します。

E User's gravity center is shifted toward the front when standing up.
V Khi đứng lên thì chuyển trọng tâm ra phía trước.

上_{うえ}に 引_ひっ張_ばり上_あげると 利用者_{りようしゃ}に
負担_{ふたん}が かかるので、腰_{こし}を 落_おとして
床面_{ゆかめん}と 平行_{へいこう}に ひじを 引_ひきます。

E Careworker slightly bends to pull User's elbows horizontally while preventing too much weight.
V Nếu kéo lên trên sẽ tạo sức nặng cho người bệnh nên hạ thấp hông rồi kéo khủy tay song song với mặt đất.

じゃ、立_たちましょう。
少_{すこ}し 引_ひっ張_ばりますよ。
せーの。

E Let's stand up. I'm going to be pulling you a little bit. One, two, three.
V Nào, đứng lên nào! Tôi hơi kéo tay nhé! Hai ba!

重心_{じゅうしん} gravity / Trọng tâm

23

4 立ち上がりを 支える
Support User to get up / Hộ trợ đứng lên

利用者が 自然に 立ち上がれる ように 支えます。持ち上げるように しては いけません。

🇪 Careworker supports User to stand up naturally. Do not lift User.

🇻 Đỡ để người bệnh có thể đứng lên một cách tự nhiên.Không được kéo người lên.

重心 gravity / Trọng tâm

ここがポイント！
上に 引っ張っては いけません。
🇪 Do not pull upward.
🇻 Không được kéo lên trên

手を 離しても 大丈夫ですか。

🇪 Is it okay for me to let go?
🇻 Tôi thả tay ra được chưa ạ?

重心 gravity / Trọng tâm

5 完了！
Stand up completely
Hoàn thành!

利用者の 姿勢が 安定した ことを 確認してから、ひじを つかんで いた 手を 緩めます。

🇪 Careworker confirms (makes sure) User's stability, then loosens his/her grip on User's elbows.

🇻 Khi thấy tư thế của người bệnh đã ổn định thì có thể nới lỏng bàn tay đang tóm vào khủy tay.

実践アドバイス Advice! / Lời khuyên thực tiễn!

■ 介助者と 利用者が 互いに 腕を つかむ ときは、先に 利用者に 行動して もらって、主体性を 引き出しましょう。

🇪 Careworker lets User hold him/her first to foster User's independence when holding each other's arms.

🇻 Khi điều dưỡng viên và người bệnh tóm cánh tay nhau, nên để người bệnh di chuyển trước để tạo tính chủ thể.

■ 目線を 合わせて 声を かけて、痛みが ないかなど 表情を 観察する ように 心がけましょう。利用者の 不安が 取り除かれて、信頼関係を 作る ことが できます。

🇪 Observe User's expressions to catch a sigh of pain or discomfort while making eye contact when speaking to User. This way removes User's anxiety and establishes a mutual trust between User and Careworker.

🇻 Nhìn vào mắt rồi lên tiếng gọi, chú ý quan sát nét mặt bệnh nhân có đau đớn gì không. Người bệnh hết lo lắng sẽ dễ dàng tạo quan hệ tin cậy hơn.

4 | 移乗介助
いじょうかいじょ

Transfer Assistance / Hỗ trợ lên xe lăn

ベッドから 車いすへの 移乗* Transferring from bed to wheelchair
くるま　　　　　いじょう
Di chuyển từ giường đến xe lăn

🔊 05

ベッドから 車いすに 自分で 移乗できない 人の ための 介助です。無理に
くるま　　　じぶん　　いじょう　　　　ひと　　　　　　　かいじょ　　　むり
力を 入れないで 自然な 介助を 心がけましょう。
ちから　い　　　　　　しぜん　　かいじょ　こころ

🇪 Here is how to assist User who cannot move himself/herself from bed to wheelchair. Try not to use unreasonable force when assisting User.

🇻 Là hỗ trợ cho người không thể di chuyển từ giường lên xe lăn. Chú ý không dùng lực quá sức mà hỗ trợ thật tự nhiên.

* 移乗…乗り移る こと
いじょう　の　うつ
（例：車いすから便座）
れい　くるま　　　べんざ

transferring: transfer
(example: from a wheelchair
to a toilet seat)

Di chuyển lên xuống: là chỉ
việc lên hoặc xuống từ xe lăn
sang bồn cầu.

ここが ポイント！

必ず ブレーキを
かなら
かけて おきます。
🇪 Do not forget to lock brakes.
🇻 Phải chốt phanh xe.

1 声かけを する
こえ
Speak to User
Cất lời gọi

相手の 目を 見て 声かけを します。
あいて　め　み　こえ
フットレスト ** は 足に ぶつからない
あし
ように 外して おきます。
はず

🇪 Speak to User by looking him/her in the eyes. Release the footrest latch so it does not touch the legs and feet.

🇻 Nhìn vào mắt bệnh nhân rồi lên tiếng gọi. Có thể tháo bàn đặt chân của xe đẩy để tránh và vào chân.

** フットレスト…footrest / bàn đặt chân
☞ p.32 図 (Pg. 32 diagram/tham khảo hình p.32)
ず

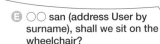

○○さん、車いすに 座りましょうね。
くるま　　　すわ

🇪 ○○ san (address User by surname), shall we sit on the wheelchair?
🇻 Anh/Chị ~ ngồi vào xe lăn nhé!

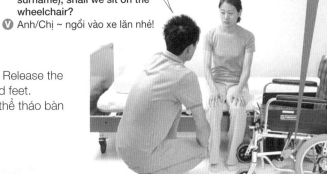

別アングル
べつ

🇪 Image from another side
🇻 Nhìn từ góc khác

腰に 手を 回しますね。
こし　て　まわ
失礼します。
しつれい

🇪 I'll be putting my hand around your waist. Excuse me.
🇻 Tôi vòng tay qua hông nhé. Tôi xin phép.

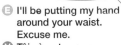

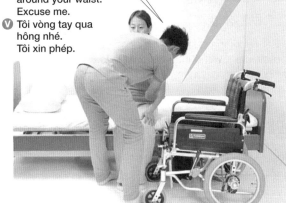

2 腰に 手を 回す
こし　て　まわ
Careworker puts arm around to User's back
Vòng tay quanh hông

利用者の 腰の 後ろに 手を 回します。
りようしゃ　こし　うし　　て　まわ

🇪 Careworker places his/her hands around User's back of the waist.

🇻 Vòng tay ra phía sau hông của người bệnh.

25

3 肩に 手を 回してもらう

Let User put his/her hands around Careworker's shoulders / Để người bệnh đặt tay lên vai

介助者の 肩に 両手を 回してもらって、利用者が 立ち上がる 準備を します。

🇪 Careworker lets User place his/her hands around Careworker's shoulders to prepare for standing up.
🇻 Để người bệnh đặt hai tay lên vai điều dưỡng viên rồi chuẩn bị đứng lên.

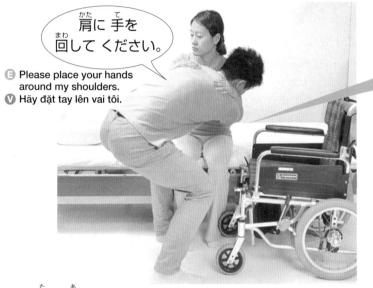

肩に 手を 回して ください。

🇪 Please place your hands around my shoulders.
🇻 Hãy đặt tay lên vai tôi.

別アングル

🇪 Image from another side
🇻 Nhìn từ góc khác

腰から 手が 離れない ように しっかりと 力を 入れます。

🇪 Careworker firmly holds User's back.
🇻 Dồn lực để tay không tuột khỏi hông.

4 立ち上がり

Standing up / Đứng dậy

利用者の 腰を 引き寄せて 体の 方向を 変えながら 立ち上がらせます。

🇪 Careworker draws User's hip toward him/her and changes the body direction to stand up.
🇻 Kéo hông người bệnh lại gần, vừa đổi hướng cơ thể vừa giúp họ đứng lên

ここがポイント！

腰に しっかり 手を 回します。

🇪 Careworker firmly places his/her hands around User's back.
🇻 Vòng tay giữ chắc lấy hông.

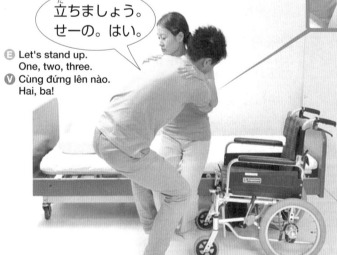

立ちましょう。 せーの。 はい。

🇪 Let's stand up. One, two, three.
🇻 Cùng đứng lên nào. Hai, ba!

無理に 力を 入れずに 利用者の 動きに 合わせて 介助します。

🇪 Careworker assists User in accordance with User's movement without unreasonable force.
🇻 Không dồn lực mạnh quá mà hỗ trợ theo cử động của người bệnh

利用者と 体を つけると 力を 入れやすく なって、介助が 楽に なります。

🇪 Keeping close to User's body makes it easier to assist.
🇻 Áp sát người với người bệnh sẽ dễ lấy đà và việc hỗ trợ cũng dễ dàng hơn.

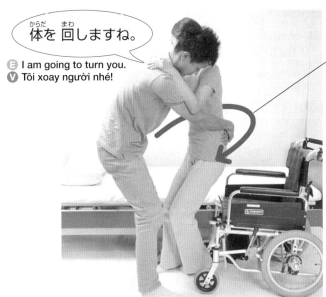

体を 回しますね。

(E) I am going to turn you.
(V) Tôi xoay người nhé!

体の 向きを 変えながら 立つように します。

(E) Stand up while turning User's body.
(V) Vừa đổi hướng cơ thể vừa đứng lên.

5 車いすに 座る

Place User's body on the wheelchair
Ngồi vào xe lăn

ゆっくりと 車いすに 座って もらいます。

(E) Have the user slowly sit in the wheelchair.
(V) Để người bệnh ngồi từ từ xuống xe lăn.

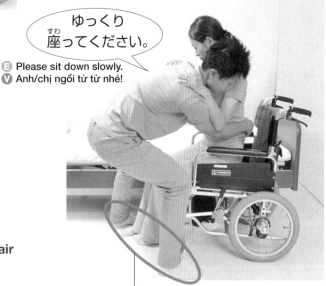

ゆっくり 座ってください。

(E) Please sit down slowly.
(V) Anh/chị ngồi từ từ nhé!

6 完了！

Completing the sitting down on the wheelchair
Hoàn thành

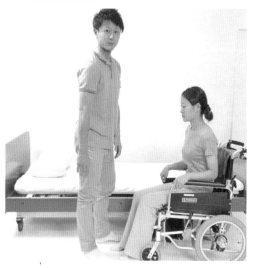

介助する 人は 足を 開きます。

(E) The caregiver should take a wide stance.
(V) Người hỗ trợ mở rộng chân.

実践アドバイス Advice! / Lời khuyên thực tiễn!

■ 立ち上がる ことが 難しい 場合は、スライディングボード * を 使うと 良いでしょう。

(E) A sliding board is useful to support User in case of difficulty to stand up.
(V) Nếu khó đứng lên hãy dùng miếng bắc cầu.

* スライディングボード…座ったまま 移乗する ための 道具

sliding board: A tool used to move someone sideways while seated
Miếng bắc cầu: Dụng cụ để dựng nửa thân trên lên

Organizing Vocabulary / Tổng hợp từ vựng

1 体位変換

☐ 変換(する)	E (to) change / V thay đổi	☐ 悪化(する)	E (to) worsen / V trở nặng	☐ 組む	E cross / V khoanh (tay, chân)

☐ 変換(する)	E (to) change V thay đổi	☐ 悪化(する)	E (to) worsen V trở nặng	☐ 組む	E cross V khoanh (tay, chân)
☐ 防ぐ	E prevent V phòng chống	☐ 細菌	E bacteria V vi khuẩn	☐ 方向	E direction V phương hướng
☐ 組織	E organization V tổ chức	☐ 感染	E infection V lây nhiễm	☐ 奥	E interior; back V trong góc, sâu bên trong
☐ 壊れる	E break V hỏng	☐ 全身	E whole body V toàn thân	☐ 肩	E shoulders V vai
☐ 状態	E state V trạng thái	☐ 症状	E symptom V bệnh trạng	☐ 手前	E this side V trước mặt
☐ 知識	E knowledge V kiến thức	☐ 無意識	E unconscious V vô thứ	☐ 安定(する)	E (to) stabilize V ổn định
☐ 身につける	E acquire; learn V ghi nhớ, trau dồi	☐ ～側	E ~ side V bên ~	☐ 支える	E support V đỡ, nâng đỡ
☐ 予防(する)	E (to) prevent V phòng chống	☐ 倒す	E lay down V hạ xuống, đánh bại	☐ 痛み	E pain V đau
☐ 姿勢	E posture V tư thế	☐ 腕	E arms V cánh tay	☐ ペース	E pace V khoảng trống
☐ 周辺	E surrounding area V xung quanh	☐ 胸	E chest V ngực	☐ 繰り返す	E repeat V lặp lại

☐ 体位	E posture V tư thế	☐ 血流	E blood flow V lưu thông máu	☐ 寝返る	E roll over V trở mình
☐ 褥瘡	E bedsore V hoại tử	☐ 寝返り	E turn over in bed V trở mình	☐ お尻	E bottom; buttocks V mông
☐ 圧迫(する)	E pressure V chèn ép	☐ 声かけ	E greet; speak to V lời gọi, cất tiếng gọi		

2 起き上がり

☐ 位置	E position V vị trí	☐ ひざ	E knees V đầu gối	☐ 通す	E pass through V luồn qua (dây, chỉ…)
☐ 移動(する)	E (to) move V di chuyển	☐ 脳	E brain V não	☐ しっかり	E firmly V chắc chắn
☐ 心がける	E aim to do V để ý, chú ý	☐ 活動(する)	E (to) perform activities V hoạt động	☐ 腰	E hips V hông
☐ 聞き取る	E listen to V nghe được	☐ ずらす	E shift V xê dịch	☐ 負担	E burden V gánh chịu (chi phí, trách nhiệm)
☐ 話しかける	E speak to V bắt chuyện	☐ 端	E side V đầu, mép	☐ 不安定(な)	E unstable V không ổn định
☐ 触れる	E touch V chạm vào	☐ 寄せる	E draw together V dồn lại	☐ 利用(する)	E (to) use V sử dụng

専門的な ことば・介護現場で よく 使う ことば Specialized Terms / Frequently Used Terms in Caregiving Situations Từ chuyên môn, từ thường dùng trong công việc điều dưỡng

□ 起き上がり **E** rise up **V** ngồi dậy

□ 起き上がる **E** sit up **V** ngồi dậy

□ 寝たきり 病気や けがの ため、ずっと 寝た 状態に なって いる こと。

□ 側臥位 横向きに 寝ている 状態。

□ 上半身 **E** upper body **V** nửa thân trên

□ ずり落ちる 物や体が、ある 場所から すべって 落ちる こと。

□ 腰痛 **E** lower back pain **V** đau lưng

3 立ち上がり

一般的な ことば General Terms Từ vựng thông thường

□ 互い **E** one another **V** lẫn nhau

□ つかむ **E** grab **V** nắm lấy

□ ひじ **E** elbow **V** khủy tay

□ 床面 **E** floor surface **V** nền nhà

□ 平行 **E** parallel **V** song song

□ 引っ張り上げる **E** pull up **V** kéo lên trên

□ 引っ張る **E** pull **V** kéo lên

□ 自然(な) **E** natural **V** tự nhiên

□ 持ち上げる **E** raise up **V** cầm lên

□ 確認(する) **E** (to) confirm **V** kiểm tra, xác nhận

□ 緩める **E** loosen **V** nới lỏng

□ 表情 **E** facial expression **V** nét mặt

□ 不安(な) **E** anxiety **V** bất an

□ 信頼 **E** trust **V** sự tin tưởng

□ 関係 **E** relationship **V** quan hệ

専門的な ことば・介護現場で よく 使う ことば Specialized Terms / Frequently Used Terms in Caregiving Situations Từ chuyên môn, từ thường dùng trong công việc điều dưỡng

□ 立ち上がり **E** standing up **V** (việc, sự) đứng lên

□ 立ち上がる **E** stand up **V** đứng lên

□ 重心 **E** center of gravity **V** trọng tâm

□ 目線 **E** eyeline **V** tầm mắt

□ 片腕 **E** one arm **V** một cánh tay

□ 肩幅 **E** shoulder width **V** chiều rộng vai

□ 観察(する) **E** (to) observe **V** quan sát

□ 取り除く **E** remove **V** loại bỏ

4 移乗介助

一般的な ことば General Terms Từ vựng thông thường

□ 無理に **E** forcedly **V** cố, quá sức

□ ぶつかる **E** bump into **V** va chạm

□ 外す **E** remove **V** tháo ra

□ ブレーキ **E** brakes **V** phanh

□ かける **E** activate the brakes **V** kéo phanh

□ 離れる **E** separate **V** rời xa, tránh xa

□ ゆっくり **E** slowly **V** từ từ, chậm dãi

専門的な ことば・介護現場で よく 使う ことば Specialized Terms / Frequently Used Terms in Caregiving Situations Từ chuyên môn, từ thường dùng trong công việc điều dưỡng

□ 移乗 **E** transfer **V** di chuyển (sang xe lăn v.v...)

□ 介助 **E** assistance **V** hỗ trợ

□ 車いす **E** wheelchair **V** xe lăn

□ 引き寄せる **E** pull near **V** kéo lại gần

1 文の 内容に 合う ように、（　　　　）に ことばを 書いて ください。ひらがなでも いいです。
わからない 場合は、下の 「ヒント」を 見ましょう。答えとは 関係の ない ことばも あります。

（　　　　　　）姿勢で 長く 寝ていると、皮ふの 一部が （　　　　　　）に なりやすいです。それを
予防する ためには、（　　　）時間に （　　）度、（　　　　　）を する 必要が あります。

┌─ ヒント ─────────────────────────────────┐
体位変換　　　悪い　　　寝たきり　　　褥瘡　　　細菌感染　　　同じ
└───┘

2 以下の 写真を、利用者が 起き上がる ときの 介助の 順番に 並べましょう。

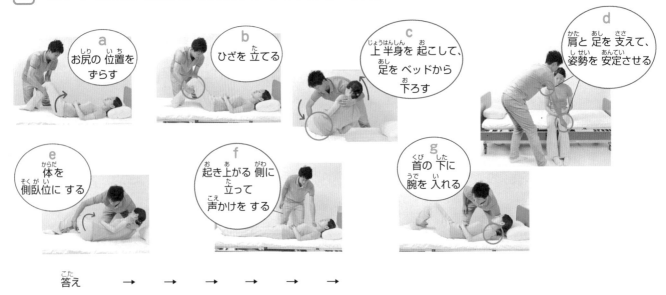

a お尻の 位置を ずらす

b ひざを 立てる

c 上半身を 起こして、足を ベッドから 下ろす

d 肩と 足を 支えて、姿勢を 安定させる

e 体を 側臥位に する

f 起き上がる 側に 立って 声かけを する

g 首の 下に 腕を 入れる

答え　　→　　　→　　　→　　　→　　　→　　　→

3 立ち上がりに ついて 説明します。正しい ことばに ○を つけて ください。

❶ 利用者に （目線・気分）を 合わせて 声かけを します。

❷ 介助者と 利用者が、片腕ずつ （内側・外側）から お互いの 腕を つかみます。

❸ 足を （肩幅・足幅）くらい 開いて、重心を 安定させます。

❹ 利用者の ひじを （上に 引っ張り上げます・床と 平行に 引きます）。

❺ 利用者が （自然・急）に 立ち上がれるように 支えます。

❻ 利用者の 姿勢が 安定したら、ひじを つかんでいた 手を 緩めます。

移動介助
Moving Assistance
Hỗ trợ di chuyển

1 ## 車いす 各部分の 呼び方　Terminologies for wheelchair parts
Tên gọi các bộ phận của xe lăn

車いすの 形は、種類や 目的に よって 違いが あります。ここでは、最も よく 使われる 標準型（自走式）車いすに ついて 説明します。

🇪 The structure of wheelchair differs depending on types and purposes. The instruction here is for the frequently used most common wheelchair (motorized type).

🇻 Mỗi loại xe lăn lại là một chủng loại và có mục đích khác nhau. Ở đây chúng tôi giới thiệu về xe lăn loại tiêu chuẩn (kiểu tự chạy) được sử dụng phổ biến nhất.

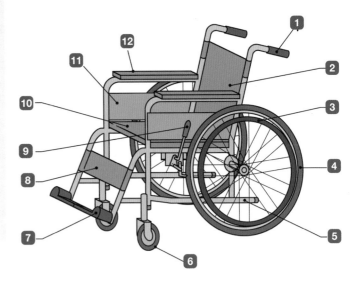

各部分の 呼び方　Name of each part / Tên gọi các bộ phận

1 **ハンドグリップ**　Handgrip / Tay đẩy

介助者が 握る 部分です。自転車の ブレーキの ように、介助者が 操作する ブレーキが 付いている タイプと 付いていない タイプが あります。

🇪 Careworker holds the handgrip part. Like a brake of bicycles, it has two types. The one with a brake and without a brake.

🇻 Là phần điều dưỡng viên nắm tay vào. Có loại xe có gắn phanh giống như phanh xe ô tô dành cho người đẩy nhưng cũng có loại xe không có gắn phanh.

2 **背もたれ**　Backrest / Tựa lưng

3 **大車輪（後輪）**　Main wheel（Rear wheel）/ Bánh xe lớn (bánh sau)

4 **ハンドリム**　Handrim / Vành đẩy

利用者が 自走（自分で 漕ぐこと）する ときに、手を かけて 車輪を 回します。

🇪 Users grip a handrim to propel the wheelchair when operating a wheelchair manually.

🇻 Khi người sử dụng muốn tự đi (tự mình đạp) thì cùng tay đẩy để di chuyển bánh xe.

5 **ティッピングレバー**　Tipping Lever / Cần nâng

介助者が 段差を 越える ときに 前輪上げに 使います。

🇪 Users use tipping levers to raise the front wheel when crossing gaps and steps.

🇻 Dùng để nâng bánh trước lên khi muốn đi lên bậc cao

6 **キャスター（前輪）**　Casters（Front wheels）/ Bánh nhỏ (bánh trước)

7 **フットレスト**　Footrests / Bàn đặt chân

利用者が 足を 乗せる 部分です。

🇪 Where Users place their feet.

🇻 Là phần để người sử dụng đặt chân lên

8 **レッグレスト**　Leg rests / Tựa chân

足が フットレストの 後ろに 落ちない ように 支える ための ものです。

🇪 Supporting parts to keep Users' legs on the footrests.

🇻 Là phần để đỡ chân không bị rơi ra phía sau bàn đặt chân.

9 ブレーキ Brakes / Phanh

後輪止めです。車いすが 動き出さない ために、後輪を ロックする ための ものです。

🇪 To prevent unexpected movement, lock the main wheels.

🇻 Để phanh bánh sau. Là bộ phận khó bánh sau để xe đẩy không di chuyển được.

10 シート（座面） Seat / Ghế ngồi (mặt ngồi)

利用者が 座るところです。

🇪 Where Users sit. 🇻 Là chỗ để người sử dụng ngồi .

11 スカートガード Skirt guards / Chắn hông

服が 横に 落ちないように する ための ものです。

🇪 Protect Users' clothing from rubbing up against the rear tires of the wheelchair.

🇻 Là bộ phận để quần áo không bị rơi xuống bên cạnh.

12 アームレスト Armrests / Tựa tay

ひじ掛け（利用者が ひじを 乗せる ところ）です。

🇪 Where Users can rest their arms on.

🇻 Là chỗ để đặt khủy tay lên (người sử dụng đặt cánh tay lên đó).

---

2 車いすを 操作する 前に
Before operating a wheelchair
Trước khi thao tác xe lăn

車いすのチェックポイント（介助前）
Important points (before assistance) / Kiểm tra xe lăn (trước khi sử dụng)

● 車いすを 使用する 前に 悪い ところや 故障が ないか 確かめましょう。

🇪 Before using the wheelchair, check if there are some troubles or malfunctions.

🇻 Kiểm tra xem xe có chỗ nào hỏng hóc trước khi sử dụng không.

● 悪い ところや 故障が 見つかった 場合は、使用しないで 修理を 頼みましょう。

🇪 In case you found any problems or malfunctions, stop its operation and ask for a repair.

🇻 Nếu phát hiện ra chỗ hỏng hóc thì không được sử dụng mà phải nhờ sửa lại.

---

1 ブレーキは しっかり かかりますか。

Brakes work properly?
Phanh có ăn không?

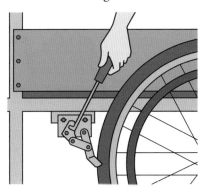

2 取り外し部分は しっかりして いますか。

Release parts are secured?
Phần có thể tháo rời ra đã được lắp chắc chắn chưa?

取り外しの できる アームレスト、フットレストの 場合、しっかり 固定されているか 確認します。

🇪 Make sure whether release parts, such as armrests, footrests, etc., are secured.

🇻 Nhưng phần có thể tháo rời như tựa tay, bàn đặt chân phải kiểm tra kĩ xem đã cố định chưa.

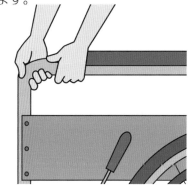

33

3 タイヤの 空気は 抜けて いませんか。

Tires have enough air pressure?

Bánh xe có đầy hơi không?

手で タイヤを 押して 硬さを 確かめましょう。

🇪 Press tires with hands to check air pressure.

🇻 Dùng tay để kiểm tra độ cứng của bánh xe .

3 車いすの 押し方 How to operate a wheelchair
Cách đẩy xe

🔊 06

安全を 第一に 考えて 介助を します。

🇪 Safety is the highest priority for assistance.

🇻 Hỗ trợ với tiêu chí an toàn là trên hết.

車いすの 移動は 難しい ものでは ありませんが、方法を 間違えると、利用者が 怖いと 感じて しまう 場合も あります。小さな 段差や 引っかかりに 気をつけて、ていねいな 介助を 心がけます。

🇪 Operating a wheelchair is not difficult, but it might startle Users when it is not properly operated. Provide assistance politely while being careful of small gaps or loops.

🇻 Di chuyển xe lăn không phải là việc khó nhưng nếu sai cách sẽ khiến người sử dụng thấy hoảng sợ. Chú ý không để bị vấp vào những bậc nhỏ, hỗ trợ một cách chu đáo.

事故を 起こさない ために、正しい 方法を 覚えて おきましょう。

🇪 It is important to learn the proper use of a wheelchair to prevent accidents.

🇻 Cần ghi nhớ cách sử dụng đúng để không xảy ra tai nạn.

1 声かけを する

Say a word to User

Cất lời gọi

ブレーキが かかっているか 確認して おきます。

🇪 Make sure the brakes are on.

🇻 Kiểm tra xem xe đã được cài phanh chưa.

相手の 目を 見て 声かけを します。

🇪 Say a word while looking at User's eyes.

🇻 Nhìn vào mắt người bệnh về cất lời gọi.

○○さん、散歩へ 行きましょう。

🇪 ○○ -san, let's go for a walk.

🇻 Anh/Chị ~, chúng ta đi dạo nhé!

2 ブレーキを 外す

Release the brakes

Thả phanh

両側の ブレーキを 外します。

E Release both sides of the brakes.

V Thả phanh hai bên.

車いすが 動かない ように しっかり 持ちます。

E Hold the wheelchair firmly to prevent it from moving.

V Nắm xe thật chặt để xe không di chuyển.

ブレーキを 外すので 少し 揺れますよ。

E Prepare yourself for moving the wheelchair when releasing brakes.

V Vì đã thả phanh nên xe sẽ hơi di chuyển.

3 車いすの 後ろに 立つ

Stand right behind the wheelchair

Đứng đằng sau xe lăn

両手で ハンドグリップを しっかりと 握って、
利用者に 動く ことを 伝えます。

E Grasp handgrips firmly with both hands, and tell User about moving.

V Nắm thật chắc tay đẩy bằng hai tay và nói với người bệnh sẽ bắt đầu di chuyển.

前後左右に 注意して ゆっくり 押して いきます。

E Push the wheelchair slowly while being careful of all sides, front and back, or left and right.

V Đẩy đi tự từ chú ý trước sau, trái phải.

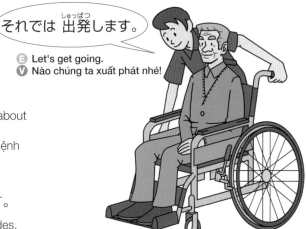

それでは 出発します。

E Let's get going.

V Nào chúng ta xuất phát nhé!

ここがポイント！

走っている ときは、利用者の 腕や 洋服が アームレストより 外に 出ていないか、フットレストに 足が 乗っているか 確認します。

E While operating the wheelchair, check if User's arms or clothing stick out of the armrests or User's feet are properly on the footrests.

V Khi di chuyển, kiểm tra xem tay, quần áo của người bệnh có rơi ra bên ngoài tựa tay hay không, chân có đặt lên bàn để chân hay không.

曲がる とき、下がる ときは、車いすが 動く 方向を 伝えましょう。

E While turning a corner or moving downwards, speak to User about the direction in which he/she has to move.

V Khi rẽ hay xuống dốc nên nói với người bệnh hướng xe sẽ di chuyển

4 車いすの 押し方（下り坂・段差） How to operate a wheelchair (downhills/gaps) 🔊 07
Cách đẩy xe (xuống dốc, bậc)

　車いすは 段差で 引っかかったり、急ブレーキを かけたり すると、利用者の 体に 負担が かかってしまいます。事故を 起こさない ために、正しい 使い方を 覚えて おきましょう。

🇪 Operating a wheelchair on uneven ground or applying brakes suddenly takes a physical burden on Users. It is important to learn the proper use of a wheelchair to prevent accidents.

🇻 Cơ thể người bệnh sẽ phải chịu chấn động nếu xe lăn va vào bậc hay phanh quá gấp. Hãy nhớ cách sử dụng đúng để không xảy ra tai nạn.

坂道を 下りる Moving downhill on a steep / Xuống dốc

1 後ろを 確認する
Check behind yourself
Kiểm tra phía sau

障害物が ないかなど、後ろの安全を 確認します。

🇪 Check your rear view for safety of whether there are obstacles.

🇻 Kiểm tra an toàn phía sau xem có chướng ngại vật không.

いすに 深く 座ってください。

🇪 Please sit far back in your chair.
🇻 Anh/Chị hãy ngồi dựa hẳn vào ghế nhé!

進行方向
🇪 Direction to go
🇻 Hướng di chuyển

傾斜
🇪 Steep
🇻 Đường dốc

2 後ろ向きに 進む
By moving backwards
Đi giật lùi

ゆっくりと 後ろ向きに 進みます。

🇪 Slowly proceed backwards.
🇻 Đi giật lùi thật chậm về phía sau.

ここがポイント！

後ろ向きに 進むことで、利用者の 重心が 背中側にかかって、安全に 進む ことが できます。

🇪 By moving backwards, the center of gravity moves onto User's backside to walk safely.

🇻 Đi giật lùi sẽ dồn trọng tâm của người bệnh về phía lưng nên di chuyển sẽ an toàn hơn.

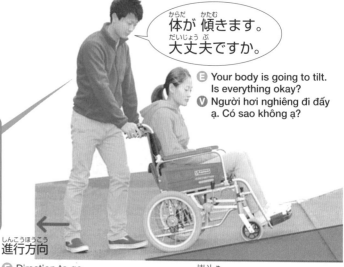

体が 傾きます。
大丈夫ですか。

🇪 Your body is going to tilt. Is everything okay?
🇻 Người hơi nghiêng đi đấy ạ. Có sao không ạ?

進行方向
🇪 Direction to go
🇻 Hướng di chuyển

傾斜 🇪 Steep 🇻 Đường dốc

段差の ある 場所を 上がる　Moving up on uneven terrain / Đi lên nơi có bậc cao

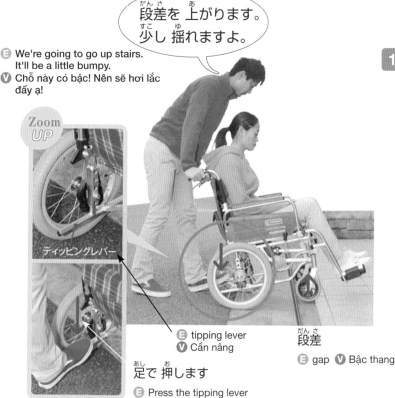

段差を 上がります。
少し 揺れますよ。

E We're going to go up stairs.
It'll be a little bumpy.
V Chỗ này có bậc! Nên sẽ hơi lắc đấy ạ!

Zoom
UP

ティッピングレバー

E tipping lever
V Cần nâng

足で 押します
E Press the tipping lever
V Nhấn bằng chân

段差
E gap V Bậc thang

1 前輪を 乗せる
Place the front wheel over the gap
Nhấc bánh trước lên

ティッピングレバーを 足で 押して、
前輪を 段差の 上に 乗せます。

E Push the tipping lever with a foot to place the front wheel on the gap.
V Dùng chân nhấn cần nâng để nhấc bánh trước lên trên bậc.

2 後輪を 乗せる
Place the rear wheel over the gap
Nhấc bánh sau lên

車いすの 後輪を 段差の 上に 乗せる ときに
タイヤが 浮いたり しない ように、やさしく
押します。

E Push gently so that the tires don't lift off the ground when placing the wheelchair's rear wheel over the gap.
V Khi nhấc bánh sau lên trên bậc thì đẩy nhẹ để bánh xe không bị lơ lửng trên không.

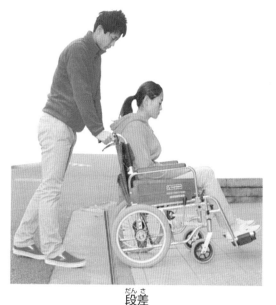

段差
E gap V Bậc thang

段差の ある 場所を 下りる　Moving down on uneven terrain / Đi xuống nơi có bậc thang

1 後ろを 確認する

Check behind yourself

Kiểm tra phía sau

障害物が ないかなど、後ろの 安全を 確認します。

🇪 Check your rear view for safety of whether there are obstacles.
🇻 Kiểm tra an toàn phía sau xem có chướng ngại vật không.

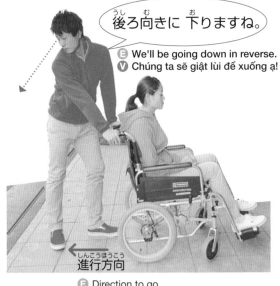

後ろ向きに 下りますね。

🇪 We'll be going down in reverse.
🇻 Chúng ta sẽ giật lùi để xuống ạ!

2 後ろ向きに 後輪を 下ろす

Place the rear wheel backwards

Vừa đi giật lùi vừa hạ bánh sau

後ろ向きに 進み 後輪から 段差を 降ります。

🇪 Move backwards to place the rear wheel on the gap.
🇻 Đi giật lùi rồi hạ bánh sau xuống bậc.

進行方向

🇪 Direction to go
🇻 Hướng di chuyển

少し 揺れます。
しっかり 座って
ください。

🇪 It's going to shake a little bit.
Please stay seated.
🇻 Hơi lắc đấy ạ! Hãy ngồi thật vững.

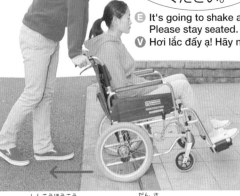

進行方向　　　段差

🇪 Direction to go　🇪 gap　🇻 Bậc thang
🇻 Hướng di chuyển

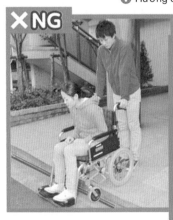

✕NG

正面から 下りると、
利用者は 衝撃を 受けて、
前のめりに なるので
危険です。

🇪 When moving downwards
from the front, User directly
gets an impact and tends
to fall forward, which is
very dangerous.
🇻 Nếu đi xuống bằng chính
diện, người bệnh dễ bị va
đập, nhao người ra phía
trước rất nguy hiểm.

3 前輪を 下ろす

Place the front wheel backwards

Hạ bánh trước xuống

前輪を ゆっくり 下ろします。

🇪 Push up gently not to cause an impact
on the front wheel when pushing back-
wards.
🇻 Từ từ hạ bánh trước xuống.

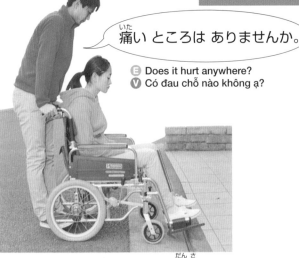

痛い ところは ありませんか。

🇪 Does it hurt anywhere?
🇻 Có đau chỗ nào không ạ?

段差　🇪 gap　🇻 Bậc thang

5 エレベーターの 乗降介助 (じょうこうかいじょ)
Assistance in an elevator
Hỗ trợ đi vào thang máy

多くの 車いすを 乗せる ときは、向かって 左の 奥から 順番に 乗せます。

🇪 When placing many wheelchairs on an elevator, start from the back-left as seen looking into the elevator from the outside.

🇻 Khi có nhiều xe lăn cùng vào thì vào theo thứ tự từ trong cùng bên trái.

エレベーターに 乗り込む 順番
Wheelchair order when getting on an elevator
Thứ tự vào thang máy

エレベーターの 入り口では、降りる 人の スペースを 考えて、下がって 待ちます。

🇪 Wait at the entrance of the elevator with a space for persons getting off.

🇻 Tại cửa ra vào thang máy nên lùi lại đợi để dành chỗ cho người xuống.

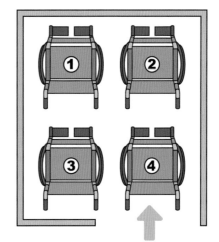

乗り込む ときは、上記の 順番で 乗せます。ただし、利用階が それぞれ 違う 場合は、早く 降りる 人の 位置を 入り口の 近くに します。

🇪 Use the above order when putting users onto an elevator. But if each person on a wheelchair gets off on the different floor, guide the person getting off earlier near the entrance.

🇻 Khi đi vào thì theo thứ tự trên. Tuy nhiên, nếu mỗi người xuống một tầng khác nhau thì nên để người xuống trước gần cửa lên xuống.

実践アドバイス Advice! / Lời khuyên thực tiễn!

■ エレベーターに 乗っている ときは、必ず 車いすの ブレーキを かける ように しましょう。また、前後左右と 間が 狭く なっている ため、利用者の 腕や 足が 挟まれない ように 注意が 必要です。

🇪 Operate brakes of a wheelchair while getting on an elevator. Be careful of Users' arms or legs not to be caught in the parts due to the narrow spaces of the wheelchair.

🇻 Khi vào trong thang máy cần nhớ cài phanh xe cẩn thận. Ngoài ra, không gian trước sau trái phải rất hẹp nên phải chú ý không để cánh tay hay chân của người bệnh bị kẹp.

■ 降りる ときは、4番の 車いすから 順番に 降ります。乗り降りに 時間が かかる ときは、「開」延長ボタンを 押して 扉が 閉まらない ように します。

🇪 When getting off the elevator, let the person on the front go first. If it takes long to get off, push the button to make the door stay open longer.

🇻 Khi ra khỏi thang máy thì ra theo thứ tự từ xe đẩy số 4. Nếu quá trình ra vào thang máy mất thời gian thì nhớ ấn nút "mở" liên tục để cửa thang máy không bị đóng lại.

歩かない 生活を 続けると、活動範囲が 狭くなる だけで なく、筋力などの 身体能力が 低下して しまいます。寝たきり生活に させない ためにも、歩行の 介助を 覚えましょう。

🇪 Continue living a life without walking, not only restricts the activity area but also decline physical abilities such as muscular strength. Learn how to provide walking care to prevent a lifestyle confined to the bed.

🇻 Nếu cứ tiếp tục cuộc sống không đi bộ thì không những phạm vi hoạt động thu hẹp lại mà năng lực cơ thể như khả năng cơ bắp cũng suy giảm. Hãy ghi nhớ cách hỗ trợ bước đi để người bệnh không phải sống nằm liệt giường.

■ 体重移動は ゆっくりと

Shift weight slowly / Di chuyển trọng lượng từ từ

 08

筋力が 弱くなって くると、姿勢は 前かがみに なって、歩幅が 小さく なります。

🇪 When muscular strength gets weak, the posture stoops and footsteps become smaller.
🇻 Khi cơ bắp bị yếu đi, tư thế thường khom ra phía trước, bước đi cũng ngắn hơn.

利用者の 歩幅を 知って、ゆっくりとした 介助を 心がけましょう。

🇪 Identify User's footsteps and assist slowly based on his/her pace.
🇻 Nắm được độ dài bước đi của người bệnh để chú ý hỗ trợ thật chậm dãi.

1 声かけを する
Speak to User
Cắt lời gọi

目を 見て 声を かけます。

🇪 Look into eyes and speak to User.
🇻 Nhìn vào mắt và cất lời gọi.

利用者が 目的意識を もつ ことが できる ように、これから どこへ 何を しに 行くか、明るく 伝えます。

🇪 Cheerfully communicate where you are going from and to, as well as what you will be doing to give the user a sense of purpose.
🇻 Nói rõ với người bệnh sắp đi đâu, làm gì để người bệnh ý thức được mục đích sắp làm.

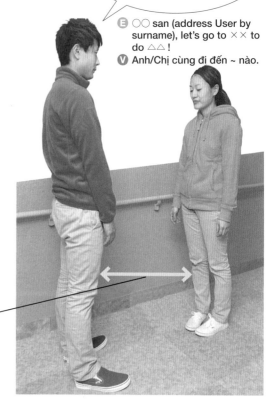

> ○○さん
> △△を しに
> ××へ 行きましょう！

🇪 ○○ san (address User by surname), let's go to ×× to do △△!
🇻 Anh/Chị cùng đi đến ~ nào.

利用者が 腕を つかみやすい 位置に 立ちます。

🇪 Careworker stands at the position where User can hold his/her arms.
🇻 Người bệnh đứng ở vị trí để tóm lấy cánh tay

2 腕を つかんで もらう
Let User hold Careworker's arms
Để người bệnh nắm lấy cánh tay

手のひらを 上に して 腕を 出して、利用者に 腕を つかんで もらいます。

Ⓔ Place your palms up, hold out your arms, and let the user grab your arms.
Ⓥ Giơ cánh tay ra bàn tay hướng lên trên để người bệnh tóm lấy cánh tay.

私の 腕を 上から つかんで ください。

Ⓔ Please hold onto my arm from above.
Ⓥ Hãy tóm lấy cánh tay tôi từ phía trên!

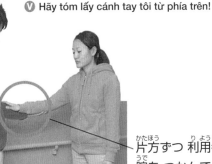

反対の 腕も つかみましょう。

Ⓔ Now let's hold onto my other arm too.
Ⓥ Nắm lấy cả cánh tay bên kia đi ạ!

片方ずつ 利用者の 方から 腕を つかんで もらいます。

Ⓔ Let User hold Careworker's arms first.
Ⓥ Để người bệnh lần lượt tóm lấy từng bên cánh tay.

介助者は 利用者の ひじを 支えます。

Ⓔ Careworker supports User's elbows.
Ⓥ Điều dưỡng viên đỡ cùi tay của người bệnh.

ここがポイント！

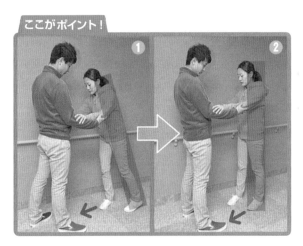

片マヒが ある 人は、まず、マヒの ない 側の 足を 進めます。
マヒの ある 側の 足は、マヒの ない 側の 足に 追いつく ように
して 歩きます。バランスを 崩さない ように 注意しましょう。

Ⓔ For assistance of walking for User with hemiplegia, let User's unaffected leg step forward, and let his/her affected leg follow it.
Ⓥ Với người bị liệt một bên thì trước tiên bước chân bên không liệt trước. Bên chân bị liệt thì bước theo bên chân không bị liệt. Chú ý để không bị mất thăng bằng

41

では、右足<rt>みぎあし</rt>から
進<rt>すす</rt>みましょう。
せーの。

E Let's start moving forward
with your right leg.
One, two, three.
V Nào, giờ thì bước
từ chân phải nhé!
Hai ba nào!

ここがポイント！

手<rt>て</rt>は 支<rt>ささ</rt>える だけに します。利用者<rt>りようしゃ</rt>の 腕<rt>うで</rt>を 引<rt>ひ</rt>っ張<rt>ぱ</rt>って
進<rt>すす</rt>もうと しては いけません。

E Careworker uses his/her hands to support User.
Do not pull User's arms to go ahead.
V Tay chỉ dùng để đỡ. Không được kéo tay của người bệnh để đi.

イチ、ニ。イチ、ニ。

E One, two. One, two.
V Một hai! Một hai!

3 片足<rt>かたあし</rt>を 前<rt>まえ</rt>に 出<rt>だ</rt>して もらう
Let User's either leg step forward
Để người bệnh bước một chân lên trước

片足<rt>かたあし</rt>を 前<rt>まえ</rt>に 出<rt>だ</rt>して もらって、介助者<rt>かいじょしゃ</rt>は
同<rt>おな</rt>じ 側<rt>がわ</rt>の 足<rt>あし</rt>を 引<rt>ひ</rt>きます。

E Let User's either leg step forward. And Care-
worker pulls back his/her leg on the same
side.
V Để người bệnh bước một chân lên trước rồi
điều dưỡng viên cũng đưa chân cùng bên
theo.

4 反対<rt>はんたい</rt>の 足<rt>あし</rt>を 出<rt>だ</rt>して もらう
Let User move his/her opposite leg out
Bước chân bên kia lên

もう 一方<rt>いっぽう</rt>の 足<rt>あし</rt>を 出<rt>だ</rt>して もらって、介助<rt>かいじょ</rt>する 人<rt>ひと</rt>は
その 足<rt>あし</rt>と 同<rt>おな</rt>じ 側<rt>がわ</rt>の 足<rt>あし</rt>を 引<rt>ひ</rt>きます。

E Let User move his/her opposite leg out. And Careworker
pulls back his/her leg on the same side.
V DĐể người bệnh bước chân bên kia lên rồ điều dưỡng
viên cũng bước chân cùng bên lên.

3〜4の 動作<rt>どうさ</rt>を 繰<rt>く</rt>り返<rt>かえ</rt>す ことで、少<rt>すこ</rt>しずつ 歩<rt>ある</rt>い
て いきます。

E Repeat movements described in 3 and 4 to walk little by
little.
V Lắp lại đông tác này 3〜4 lần là có thể đi được một đoạn.

42

実践アドバイス Advice! / Lời khuyên thực tiễn!

■ 歩く 支えに なる 道具と しては、杖や 歩行器などが あります。杖や 歩行器を 使う ときは、必ず 体に 合った ものを 使いましょう。

🇪 Assisting devices for walking are canes or walkers.Use canes and walkers suitable to Users.

🇻 Có thể dùng ba-toong hoặc dụng cụ hỗ trợ đi. Khi sử dụng ba-toong hoặc dụng cụ hỗ trợ đi phải chọn loại phù hợp với cơ thể.

■ 利用者の 身長が 低い ときは、少し 腰を 下ろして 介助者する ように しましょう。

🇪 If the user's height is low, squat down a bit as you provide care.

🇻 Nếu chiều cao của người bệnh thấp thì hãy hơi hạ thấp người xuống khi hỗ trợ.

ことばの 整理

Organizing Vocabulary / Tổng hợp từ vựng

1 車いす介助
くるま かい じょ

□ 各 (かく)	**E** each ~ **V** các ~	□ 確かめる (たし)	**E** make sure **V** xác nhận, kiểm tra	□ 傾く (かたむ)	**E** incline; slant **V** nghiêng
□ 部分 (ぶぶん)	**E** section **V** phần	□ 修理(する) (しゅうり)	**E** (to) repair **V** sửa chữa	□ 背中 (せなか)	**E** back **V** lưng
□ 種類 (しゅるい)	**E** kind; type **V** chủng loại	□ 固定(する) (こてい)	**E** (to) fix in place **V** cố định	□ 浮く (う)	**E** float; rise off the ground **V** nổi
□ 目的 (もくてき)	**E** goal **V** mục đích	□ 取り外し (と はず)	**E** removal **V** tháo rời	□ 衝撃 (しょうげき)	**E** impact **V** va đập
□ 標準 (ひょうじゅん)	**E** standard **V** tiêu chuẩn	□ タイヤ	**E** tire **V** bánh xe	□ 乗降 (じょうこう)	（乗り物に）乗ったり 降り たり する こと。
□ 型 (かた)	**E** model; type **V** dạng, loại	□ 抜ける (ぬ)	**E** come off; come out **V** thiếu, rời khỏi	□ 乗り込む (の こ)	乗り物の 中に 入る こと。
□ 握る (にぎ)	**E** grab **V** cầm nắm	□ 第一(の) (だいいち)	**E** first **V** ~ thứ nhất	□ 順番 (じゅんばん)	**E** order **V** trình tự, thứ tự
□ 操作(する) (そうさ)	**E** (to) operate **V** thao tác	□ 方法 (ほうほう)	**E** method **V** phương pháp, cách làm	□ スペース	**E** space **V** không gian, khoảng trống
□ タイプ	**E** type **V** chủng loại	□ 事故 (じこ)	**E** accident **V** tai nạn	□ 挟む (はさ)	**E** place between **V** kẹp (vào giữa)
□ 車輪 (しゃりん)	**E** wheel **V** bánh xe	□ 両側 (りょうがわ)	**E** both sides **V** hai bên	□ 乗り降り (の お)	（乗り物に）乗ったり 降り たり する こと。
□ 漕ぐ (こ)	**E** paddle; row **V** đạp	□ 揺れる (ゆ)	**E** shake **V** rung, lắc	□ 延長 (えんちょう)	**E** extension **V** kéo dài
□ 越える (こ)	**E** go beyond **V** vượt, vượt qua	□ 下り坂 (くだ ざか)	**E** downward slope **V** xuống dốc	□ 扉 (とびら)	**E** door **V** cánh cửa
□ 使用(する) (しよう)	**E** (to) use **V** sử dụng	□ 坂道 (さかみち)	**E** hill **V** đường dốc		
□ 故障(する) (こしょう)	**E** (to) break down **V** hỏng, trục trặc	□ 障害物 (しょうがいぶつ)	**E** obstacle **V** chướng ngại vật		

□ 段差 (だんさ)	**E** step; bump **V** bậc cao thấp	□ 引っかかり (ひ)	**E** a catch **V** vướng	□ 前のめり (まえ)	**E** fall forward **V** nhao ra trước
□ ロック(する)	**E** (to) lock **V** khóa	□ 引っかかる (ひ)	**E** get caught on **V** vướng vào		

2 歩行の介助

一般的な ことば　General Terms　Từ vựng thông thường

□ 範囲
　E scope; sphere
　V phạm vi

□ 追いつく
　E catch up to
　V theo kịp, đuổi kịp

□ 道具
　E tool
　V đạo cụ

□ 体重
　E weight
　V trọng lượng cơ thể, cân nặng

□ バランス
　E balance
　V cân bằng

□ 身長
　E height
　V chiều cao

□ 意識
　E awareness
　V ý thức

□ 崩す
　E break; destroy
　V phá hủy, làm mất

専門的な ことば・介護現場で よく 使う ことば　Specialized Terms / Frequently Used Terms in Caregiving Situations　Từ chuyên môn, từ thường dùng trong công việc điều dưỡng

□ 歩行
　E walk
　V bước đi

□ 歩幅
　E stride
　V độ rộng bước đi

□ 支え
　E support
　V nâng đỡ

□ 筋力
　E muscular strength
　V cơ bắp, lực cơ bắp

□ 手のひら
　E palm of hand
　V lòng bàn tay

□ 杖
　E cane
　V gậy chống, batoong

□ 身体
　E body
　V thân thể

□ マヒ
　E paralysis
　V tê, liệt

□ 歩行器
　E walker
　V dụng cụ hỗ trợ đi

□ 前かがみ
　E stoop
　V cúi ra trước

□ 片マヒ
　E hemiplegia
　V tê liệt một bên

1 車いすでの 介助の とき、気をつける ことは なんですか。
文の 内容に 合う ように、(　　) に ことばを 書いて ください。

〈車いすを 使う 前〉

❶ (　　　　　　) が しっかり かかるか、確めましょう。

❷ タイヤを 指で 押して、(　　　　　　) が 十分 入っているか、確認します。

〈車いすを 押している とき〉

❸ 車いすを 動かす 前に、利用者に (　　　　　) を します。

❹ 走っている ときは、利用者の 腕や 服が (　　　　　) より、外に 出ていないか、フットレストに
(　　　　　) が 乗っているか、確認します。

❺ 坂道を 下りる ときは (　　　　　) に 進みます。

❻ (　　　　　) を上がるときは、ティッピングレバーを 足で 押して 上ります。

〈エレベーターに 乗るとき〉

❼ エレベーターの 入り口では、入り口より少し (　　　　　) で、待ちます。

❽ エレベーターに乗せるときは、(　　　　　) の (　　　　　) から順番に乗せます。

❾ エレベーターの中では必ず (　　　　　) をかけます。

2 歩行の 介助に ついて、正しい ものに 〇を、間違っている ものには ×を 書いて ください。

❶ (　　) 利用者の 筋力が 低下しない ように、なるべく 速く 歩く ように します。

❷ (　　) 利用者に これから どこへ 何を しに 行くのか、はっきり 伝えます。

❸ (　　) 歩行の 介助の ときは、利用者の 腕を 引っ張って 進まない ように 気を つけます。

❹ (　　) 片マヒの ある 人は マヒの ない 側から 足を 進めて もらいます。

食事介助
しょくじかいじょ

Eating Assistance
Hỗ trợ ăn uống

<ruby>配膳<rt>はいぜん</rt></ruby>

食器の 並べ方は 国や 文化に よって 異なりますが、重要な マナーの 一つです。和食の 食器の 並べ方の 基本を 知って、正しく 並べる ことは、利用者に 気持ちよく 食事を して もらう ために 大切な ことです。

E Catering is one of the meaningful social manners. The way of catering differs depending on countries or cultures. Learning the basic catering for Japanese cuisine is important for providing enjoyable meals to Users.

V Cách xếp bát đũa sẽ khác nhau tùy vào từng quốc gia và văn hóa nhưng những phép tắc quan trọng thì chỉ có một. Điều quan trọng là cần biết về cách xếp bát đũa cơ bản trong bữa ăn kiểu Nhật để người bệnh có một bữa ăn thoải mái nhất.

和食の 食器の 並べ方 How to place Japanese dishes
Cách xếp bát đũa trong món ăn Nhật

次の 図は、主食の ほかに 汁物と おかずが 3つ 付く 献立の 場合の 並べ方です。汁物が ない場合や おかずが 2つの 場合も あります。また、主食が パンや めん類 (うどんや そばなど)、カレーライスや 丼物など、一つの 食器に 飯類と おかずが 一緒に なっている メニューも あって、その 場合には 多少 違いが あります。次の 写真は 基本的な 並べ方です。

E The following picture shows a typical one-plate Japanese dish, such as main dish, soup, and side dish. If there is no soup, there are two side dishes. The main dish could be bread, noodles (Udon or Soba), curry rice, or bowl dish, etc. Some plates include noodles and side dishes on the same plate. In these ways, there are more or less differences. The following example is the basic placement of dishes.

V Hình sau đây là cách xếp thực đơn có cơm, canh và 3 món mặn. Có bữa không có canh hay chỉ có 2 món mặn. Ngoài ra còn có thực đơn cơm và món mặn xếp vào cùng một bát như món chính với bánh mì, mì sợ (mì udon hoặc mì soba), cơm cà-ri, cơm gà, cơm bò v.v… Với trường hợp này thì có đôi chút khác biệt. Hình sau đây là cách xếp cơ bản.

❶ 主食（ご飯・おかゆなど）： 左手前に 並べます。

Staple Food (Rice, Porridge, etc.): Place it on the front, left side.
Món chính (cơm, cháo v.v…): xếp bên phải trước mặt.

❷ 汁物（みそ汁・すまし汁・スープなど）： 右手前に 置きます。

Soup (Miso, Clear, other kinds): Place it on the front, right side.
Canh (canh miso, canh xuông, súp): xếp bên phải trước mặt.

❸ はし・スプーン： 先を 左に 向けて 置きます。

Chopsticks/Spoons: The point heads toward the left side.
Đũa, thìa: xếp đầu hướng sang bên trái.

❹ 主菜（おかずの 主役に なる 肉や 魚、卵などの 料理）

Main Dish (Main part of the meal, such as meat, fish, or egg, etc.)
Món mặn chính (thịt, cá, trứng làm thức ăn chính)

❺ 副菜（軽めの おかず）

Side Dishes (Light meals)
Món mặn phụ (thức ăn nhẹ nhàng hơn)

❻ 副々菜（2番目の 副菜）

Second Side Dishes (A second side dish)
Món mặn phụ khác (món phụ thứ 2)

2 食事介助
Assistance with Eating/ Hỗ trợ ăn uống

食事介助の ポイント
Important points for assistance with eating
Chú ý khi hỗ trợ ăn

食事介助の ときは、利用者の 食べやすさを 第一に 考えます。

🇪 Making it easier to eat is the first priority for assistance with eating.

🇻 Khi hỗ trợ ăn phải đưa tiêu chí "dễ ăn cho người bệnh" lên hàng đầu.

横に 座って、食べ物は 下から 相手の 口に 入れます。利用者の ペースに 合わせます。

🇪 Sit next to User and feed him/her from below. And, match User's pace of eating.

🇻 Ngồi bên cạnh, đưa thức ăn từ dưới vào miệng người bệnh. Theo nhịp ăn của người bệnh.

1 楽しい 食事を して もらう ために
For Enjoyable Meal
Để người bệnh có một bữa ăn vui vẻ

手の 動きが 不自由な 人は、介助を 必要と します。しかし、多少 時間が かかっても、なんとか 一人で 食べる ことが できるなら、介助者は それを 横から 見守りましょう。

🇪 User with hand tremors or weakness needs eating assistance. But somehow, if User can eat by himself/herself, no matter how long it takes, sit beside User and watch over him/her.

🇻 Người không thể cử động tay phải cần tới người hộ trợ. Nhưng dù mất thời gian mà người bệnh vẫn có thể ăn được thì điều dưỡng viên nên ngồi bên cạnh và dõi theo.

利用者の 状態や 料理の 特徴に 合わせた 自助具＊などを 使って、こぼす ことを 責めたり、急がせ たり しないで、楽しく 食事を して もらえる ように 工夫します。

🇪 By using an assistive eating device suitable for User's condition or meals, do not blame for spill nor rushing, instead find a better way to provide an enjoyable meal.

🇻 Sử dụng những dụng cụ hỗ trợ phù hợp với tình trạng của người bệnh và đặc điểm của món ăn, không đổ lỗi khi làm đổ, không thúc giục và tìm cách để người bệnh có bữa ăn vui vẻ.

＊自助具…体の 不自由な 人が 自力で 日常 生活の 動作が できるよう 工夫された 器具
self-help device: A device that has been made to act in a way that allows a physically disabled person to perform a task in their daily life on their own
Dụng cụ hỗ trợ: Dụng cụ giúp người bị khiếm khuyết cơ thể có thể thực hiện được những động tác thường ngày.

2 介助者は 横に 並んで 座る
Careworker sits next to User
Điều dưỡng viên ngồi xuống bên cạnh

認知症や 片マヒが あって、自分で 食べられない ときは、食事の 介助が 必要です。この 場合も、前かがみの 姿勢で 食べる ことが 基本です。

🇪 User with dementia or hemiplegia needs eating assistance if he/she cannot eat by himself/herself. In this case as well, keep a head-forward posture as a basis.

🇻 Người bị bệnh lẫn hay bị liệt một bên tay không thể tự ăn nên cần có người hỗ trợ ăn uống. Trường hợp này thì tư thế cúi ra phía trước là tư thế ăn cơ bản.

介助者が 立った ままで 食事の 介助を すると、利用者は 上を 向かないと いけないので、前かがみの 姿勢では なくなって 飲み込みにくく なります。自分も 座って、相手と 同じ 目線に なって 介助する ように しましょう。

🇪 If Careworker stays standing up while assisting eating, User needs to face up, which breaks the head-forward posture and causes difficulties in swallowing.Careworker also sits in order to keep him/her at the User's eye level.

🇻 Điều dưỡng viên đứng hỗ trợ ăn thì người bệnh phải ngước nhìn lên sẽ mất tư thế khom ra trước khiến khó nuốt hơn. Điều dưỡng viên cũng ngồi xuống để có tầm nhìn giống với người bệnh khi hỗ trợ ăn.

✕NG

立った まま 介助します。
🇪 Assisting User to eat while standing
🇻 Đứng để hỗ trợ

あごが 上向きに なって、飲み込みにくいので 誤嚥 * しやすいです。
🇪 User's jaw faces upward, and easily causes accidental swallowing.
🇻 Cằm hướng lên trên sẽ gây khó nuốt, dễ nghẹn.
* 誤嚥…食べ物や だ液などが 誤って 気管に 入って しまう こと
aspiration: When food, saliva, etc. enters the wrong organ by mistake
Sặc: khi thức ăn hay nước bọt đi nhầm vào đường khí quản.

横に 並んで 座ります。
🇪 Sitting side by side
🇻 Ngồi xuống bên cạnh

同じ 目線で 食べ物を 見る ことが できるので、 利用者の 気持ちが 理解しやすいです。
🇪 Careworker can easily understand feelings of a person being cared because of watching meals at the same eye level.
🇻 Có thể thấy thức ăn ngang tầm với người bệnh nên sẽ dễ hiểu tâm lí người bệnh hơn.

座る 位置は、介助者と 利用者が 横に 並ぶのが 良いです。向き合って 座ると、介助されて いる 人は 監視されて いる ような 気持ちに なって、落ち着いて 食べられません。

🇪 Careworker's sitting position is better to be next to User side by side. Facing each other destructs User's eating in peace and makes him/her feel like being under surveillance.

🇻 Vị trí ngồi như người bệnh và điều dưỡng viên ngồi cạnh nhau là được. Ngồi đối diện nhau khiến người được chăm sóc có cảm giá như mình bị quản thúc, khó có thể thấy thoải mái khi ăn được.

向き合って 座ります。
🇪 Sitting face-to-face
🇻 Ngồi đối diện

○観察 Observation / Quan sát
✕監視 Surveillance / Giám sát

食べ物は「少量ずつ」「下から」運ぶ
Feeding is little and from below / Cho ăn "từng chút một" và "từ dưới".

箸や スプーンを 上から 利用者の 口へ 入れようと すると、利用者は 上向きで 食べ物 を 受けることに なって、むせる 原因に なります。箸や スプーンは やや 下から 利用者の 口に 入れる ように しましょう。

ⓔ When you feed User with chopsticks or spoon in an upward direction, User tends to look upward. This causes choking. Feed User from downward direction.

ⓥ Nếu cho người bệnh ăn bằng đũa hoặc thìa từ trên cao xuống thì người bệnh phải ngẩng mặt lên để đón lấy thức ăn chính là nguyên nhân gây nghẹn. Hãy đưa thức ăn vào miệng người bệnh từ phía chếch dưới.

---

❶ スプーンに 半分くらいの 量で

ⓔ One feeding is half a spoon

ⓥ Lượng bằng 1/2 so với thìa

❷ 少し 下から 口へ 入れる

ⓔ Feed from a little bit below

ⓥ Đưa vào miệng từ phía chếch dưới lên

❸ スプーンを 斜め上へ 抜く

ⓔ Pull the spoon out of the mouth obliquely a bit upward.

ⓥ Rút thìa theo hướng chếch lên trên

利用者の 口の 大きさに 合わせて スプーンを 選びます。

ⓔ Choose spoons fitting User's mouth based on its size.

ⓥ Chọn loại thìa phù hợp với độ rộng của miệng người bệnh.

少し 下から 利用者の 口に スプーンで 食べ物を 運んで、口を 閉じて もらいます。

ⓔ Serve food with a spoon from a little bit below User's mouth, and tell User to close his/her mouth.

ⓥ Đưa thức ăn vào miệng người bệnh từ dưới lên bằng thìa rồi để người bệnh khép miệng lạ.

利用者の上唇に スプーンを そっと 寄せて 斜め上に 抜きます。必ず 飲み込んだ ことを 確認してから、次の 分を 口へ 運びます。

ⓔ Gently place the spoon on the upper lips and pull it out of the mouth obliquely upward. Make sure that User has completed swallowing, and bring another spoon to the mouth.

ⓥ Chạm nhẹ thìa vào môi trên của người bệnh rồi nút ra hơi chếch lên trên. Kiểm tra xem người bệnh đã nuốt chưa rồi bón tiếp miếng tiếp theo.

実践アドバイス Advice! / Lời khuyên thực tiễn!

■ 最初に 口の 中を お茶や 水分で 湿らせて おきます。

　ⓔ Firstly, assist User to drink liquid or tea to moisten his/her mouth.

　ⓥ Đầu tiên hãy làm ẩm miệng bằng trà hoặc nước.

■ 次々と 食べ物を 詰め込むのは 危険です。必ず 1回ずつ 嚥下 * を 確認します。

　ⓔ Do not let User cram food into his/her mouth. Make sure that User completes swallowing each time.

　ⓥ Không nhồi thức ăn liên tục vào miệng vì rất nguy hiểm. Mỗi lần phải kiểm tra xem nuốt chưa.

■ スプーンなどで 歯茎や 唇を 傷つけない ように します。

　ⓔ Do not hurt User's gum or lips with utensils, such as spoons, forks, and so on.

　ⓥ Chú ý không để thìa làm đau lợi hay lưỡi.

* 嚥下…食べ物を 口から のど、胃へと 送る こと
The sending of food from the mouth, then to the throat, then to the stomach. / Nuốt: đưa thức ăn từ miệng vào dạ dày.

ことばの 整理

Organizing Vocabulary / Tổng hợp từ vựng

1 配膳

一般的な ことば　General Terms　Từ vựng thông thường

- □ 食器　E tableware　V bát đĩa
- □ 和食　E Japanese food　V món ăn kiểu Nhật
- □ 飯類　E rice dish　V cơm
- □ 異なる　E differ　V khác nhau
- □ おかず　E dish accompanying rice　V thức ăn
- □ 多少　E more or less　V ít nhiều, một chút
- □ 重要(な)　E important　V quan trọng
- □ 丼物　E single-bowl meal　V món ăn tất cả đựng trong một bát tô
- □ 基本的(な)　E basic　V tính cơ bản

専門的な ことば・介護現場で よく 使う ことば　Specialized Terms / Frequently Used Terms in Caregiving Situations　Từ chuyên môn, từ thường dùng trong công việc điều dưỡng

- □ 配膳　E setting the table　V phát đồ ăn
- □ 献立　E menu　V thực đơn
- □ マナー　E manners　V phép tắc, phép lịch sự
- □ 主菜　E main dish　V món mặn chính

2 食事介助

一般的な ことば　General Terms　Từ vựng thông thường

- □ 特徴　E characteristic　V đặc trưng
- □ あご　E chin　V cằm
- □ 水分　E hydration　V nước
- □ 責める　E criticize　V trách cứ, đổ lỗi
- □ 原因　E cause　V nguyên nhân
- □ 湿る　E moisten　V ẩm ướt
- □ 工夫(する)　E (to) devise　V sáng tạo
- □ やや　E somewhat　V hơi, một chút
- □ 詰め込む　E stuff into　V nhồi nhét
- □ 監視(する)　E (to) observe　V giám sát
- □ 斜め　E diagonally　V nghiêng, chéo
- □ 唇　E lips　V môi
- □ 落ち着く　E calm down　V bình tĩnh, thoải mái
- □ そっと　E quietly　V nhẹ nhàng
- □ 傷つける　E wound　V làm tổn thương

専門的な ことば・介護現場で よく 使う ことば　Specialized Terms / Frequently Used Terms in Caregiving Situations　Từ chuyên môn, từ thường dùng trong công việc điều dưỡng

- □ 見守る　E watch over　V dõi theo
- □ 誤嚥　E aspiration　V sặc
- □ 自助具　E self-help device　V dụng cụ tự hỗ trợ
- □ 少量　E small amount　V lượng nhỏ
- □ こぼす　E spill　V làm rơi rớt, làm đổ
- □ むせる　E choke on　V sặc
- □ 飲み込む　E swallow　V nuốt
- □ 上唇　E upper lip　V môi trên
- □ 向き合う　E face　V đối diện, đối mặt
- □ 嚥下　食べ物を 口から のど、胃へと 送る こと。
- □ 上向き　E upward　V hướng lên trên
- □ 歯茎　E gums　V lợi

ただ
正しいことばに〇をつけてください。

❶ ご飯は（ 右・左 ）の 手前に、みそ汁は（ 右・左 ）の 手前に 並べます。

❷ 介助者は 利用者の（ 前・横 ）の 席に 座ります。

❸ 食べ物は（ 上・下 ）から 利用者の 口に 入れます。

❹ 必ず 1回ずつ（ 嚥下・誤嚥 ）を 確認します。

清潔を 保つ ための 介助
Grooming and Dressing Assistance
Hỗ trợ giữ gìn vệ sinh

施設内の 生活でも、自分の 部屋から 出れば、そこは 公共の 場です。身だしなみを 整える ことは、社会的な 生活を する ための 基本です。

🇪 There is a public space once leaving User's room in the Care facility. Being well groomed is the basic principle of social life.

🇻 Cuộc sống trong trung tâm nếu ra khỏi phòng của mình thì tất cả đều là nơi công cộng. Chỉnh trang lại vẻ bề ngoài là cơ bản để sinh hoạt xã hội.

1 身だしなみ（顔・髪）
Grooming (face, hair)
Chỉnh trang vẻ bề ngoài (mặt, tóc)

寝癖が ついていたら、ブラシなどで 髪を 整えます。

🇪 Let's fix bed hair by brushing.
🇻 Nếu tóc bị rối thì chải lại bằng lược.

目頭や 目尻に 目やにが ついていたら、蒸しタオルなどで やさしく 拭き取りましょう。

🇪 Remove eye wax gently from the outer corner of the eyes with a warm steamed towel.
🇻 Nếu đầu mắt và đuôi mắt có gì thì lau thật nhẹ nhàng bằng khăn ấm.

鼻水の あとは、ティッシュペーパーなどで やさしく 拭き取ります。

🇪 Gently wipe off the traces of mucus with facial tissue.
🇻 Nếu có vết nước mũi thì lau nhẹ nhàng bằng giấy ăn.

鼻毛は 鼻毛切り用の はさみで 整えます。

🇪 Trim nose hairs with the nose hair trimmer.
🇻 Lông mũi nên cắt gọn gàng bằng kéo cắt lông mũi.

ひげが 伸びていたり、そり残しが あったり していませんか？

🇪 Is there any unwanted hair/ unshaved mustache?
🇻 Râu có dài hay cạo râu còn sót hay không?

よだれや 食べこぼしの あとは、おしぼりなどで やさしく 拭き取ります。

🇪 Gently wipe face and mouth with a wet towel to remove any food remnants.
🇻 Lau nhẹ nhàng bằng khăn ăn nếu có dãi và thức ăn rơi vãi.

2 身だしなみ（衣服・靴）Grooming (clothing, shoes)
Chỉnh trang vẻ bề ngoài (trang phục, giầy)

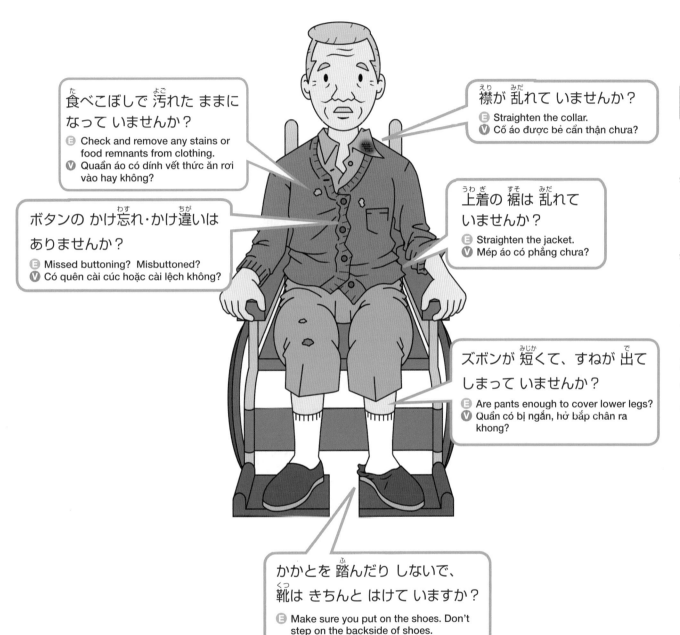

食べこぼしで 汚れた ままに
なって いませんか？
E Check and remove any stains or food remnants from clothing.
V Quần áo có dính vết thức ăn rơi vào hay không?

ボタンの かけ忘れ・かけ違いは
ありませんか？
E Missed buttoning? Misbuttoned?
V Có quên cài cúc hoặc cài lệch không?

襟が 乱れて いませんか？
E Straighten the collar.
V Cổ áo được bẻ cẩn thận chưa?

上着の 裾は 乱れて
いませんか？
E Straighten the jacket.
V Mép áo có phẳng chưa?

ズボンが 短くて、すねが 出て
しまって いませんか？
E Are pants enough to cover lower legs?
V Quần có bị ngắn, hở bắp chân ra khong?

かかとを 踏んだり しないで、
靴は きちんと はけて いますか？
E Make sure you put on the shoes. Don't step on the backside of shoes.
V Có đi giầy nghiêm chỉnh hay gót vẫn để bên ngoài?

● 夜間の 寝巻きと 日中の 衣服を 着替える ことで 昼と 夜の 区別が ついて、規則的な 日常生活を 送る ことに つながります。

🇪 Wearing daily clothing in the daytime, and pajamas at night, differentiate between day and night. This routine leads to a well-regulated life.

🇻 Buổi tối mặc pyjama, ban ngày mặc quần áo thông thường để phân biệt ngày và đêm, là bước đệm tới nhịp sinh hoạt thường ngày có kỉ luật.

● 自分で できる ことは 自分で して もらえる ように、自立度に よって 声かけや 指示、援助の 工夫を しましょう。

🇪 In terms of changing clothing, let Users do what they can do. Depending on their independency, adjust yourself about how to guide the Users.

🇻 Gợi ý, chỉ thị, hỗ trợ để người bệnh thực hiện được những việc mình có thể làm tùy vào mức độ có thể tự lập của người đó.

● マヒの ある 場合は、服を 着る ときは マヒの ある 側から、脱ぐ ときは マヒの ない 側からが 原則です。

🇪 Put on clothing from the body side with hemiplegia, and take off clothing from the body side without hemiplegia.

🇻 Nếu có phần cơ thể bị liệt thì nguyên tắc khi mặc quần áo là bắt đầu là bên bị liệt, khi cởi quần áo là từ bên không bị liệt.

● 心身の 状態、本人の 好みに 応じて、着替えの しやすい 服の 素材や デザインを 選びましょう。

🇪 Choose clothing materials or designs that are easy to change based on User's mental and physical conditions or preferences.

🇻 Chọn chất liệu, thiết kế trang phục dễ mặc phù hợp trạng thái sức khỏe cũng nhi sở thích của người bệnh.

● 着替えが 終わった 後に、しわや たるみなどが ない ように しましょう。寝ている ときには、しわの 部分が 肌に 長時間 当たっていると、褥瘡に つながる 危険も あります。

🇪 After changing clothes, keep clothing without wrinkling or slackening. Wrinkled clothing could hurt the skin and raise the risk of bedsores.

🇻 Sau khi thay quần áo xong thì chỉnh trang lại để không có nếp nhăn hay bị xộc xệch. Khi ngủ, phần nếp ngăn chạm vào da liên tục dễ gây nguy cơ hoại tử.

● 着替えの 介助は、発汗や 肌の 状態を 観察する 有効な 場面です。普段と 違う ところが あれば、観察した ことを 報告しましょう。

🇪 When assisting in changing clothes, it is a proper time to keenly observe User's perspiration and skin condition. Careworker must report any unusual conditions of User.

🇻 Hỗ trợ thay quần áo còn giúp ích cho việc quan sát tình trạng của da, mức độ toát mồ hôi. Nếu có gì khác so với bình thường, phải báo cáo ngay ra phát hiện của mình.

09

1 寝た 状態での 着替えの 介助【かぶる タイプの 上着の 場合】

Assisting to change clothes in a lying position 【slipover-shirt】
Hỗ trợ thay quần áo trong trạng thái nằm 【với áo chui đầu】

脱ぐ 動作
Taking off clothes / Động tác cởi

1 上着の 前を 胸の 辺りまで、背中側を 肩甲骨の 辺りまで まくります。

Ⓔ Roll the front side of the shirt up to the chest, then roll the back side up to the scapula.
Ⓥ Phần trước áo vén đến ngực, phần lưng áo vén đến xương bả vai.

2 利用者の ひじを 曲げた 状態に して、服の 脇の 部分を 伸ばしながら、
ひじを 出させて、片腕を 脱がせます。

Ⓔ Bend User's elbow, and while stretching clothing under the underarm,
release his/her elbow to take the clothing off from one shoulder.
Ⓥ Để người bệnh gập cánh tay lại, vừa kéo phần nách
áo vừa lôi khuỷu tay ra để cởi được một bên tay.

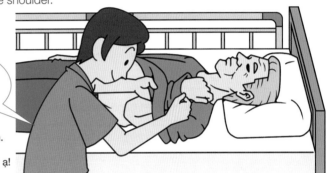

左腕から 脱ぎますよ。
ひじを 曲げましょう。
じゃ、脱ぎますね。

Ⓔ I'll be taking this off starting with your left arm.
Let's bend your elbow. Okay, here I go.
Ⓥ Tôi cởi từ bên tay trái nhé! Gập cánh tay lại đi ạ!
Tôi cởi đây!

3 反対側も 同じ ように して、両腕を 脱がせます。

Ⓔ Take off clothing of the other arm in accordance with the instruction ①②.
Ⓥ Bên còn lại cũng làm tương tự để cởi được cả hai bên tay áo.

4 介助者は 服の 襟口を 広げて、顔に 服が 当たらない ように 気を付けて、服 全体を 脱がせます。

Ⓔ Open the neck part of the clothing wide. While being careful not to let the clothing touch to User's face, help User to
take off the whole clothing.
Ⓥ Điều dưỡng viên căng rộng phần cổ rồi cởi ra khỏi phần thân,
chú ý không để áo chạm vào mặt.

最後に 頭から 脱ぎますね。
失礼します。

Ⓔ I'm going to finish by taking it off
from your head. Excuse me.
Ⓥ Cuối cùng cởi qua khỏi đầu.
Tôi xin phép!

第4章 清潔を 保つための 介助 Grooming and Dressing Assistance / Hỗ trợ giữ gìn vệ sinh

59

着る 動作

Putting on clothes / Động tác mặc

マヒの ある ときは、マヒの ある 側から 着ます。

🇪 Put on clothing from the body side with hemiplegia, and take off clothing from the body side without hemiplegia.

🇻 Nếu cơ thể có phần bị liệt thì mặc từ bên bị liệt trước.

1 介助者は、服の 襟口を 広げながら、利用者の 頭を 通します。

🇪 Open the neck part of the clothing wide, then put User's head through the head hole.

🇻 Điều dưỡng viên căng rộng cổ áo, mặc qua đầu người bệnh.

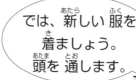

では、新しい 服を 着ましょう。頭を 通します。

🇪 Let's put you in some new clothes. I'll be putting it over your head.

🇻 Chúng ta thay áo mới ạ! Tôi mặc qua đầu nhé!

2 袖口から 手を 入れて、利用者の 手を 握りながら 袖に 手を 通します。

🇪 Put Careworker's right or left hand through the cuff, and hold User's hand to go through the cuff.

🇻 Luồn tay vào ống tay áo rồi vừa nắm tay người bệnh vừa xỏ tay vào tay áo.

3 反対側も 同じ ように して、両腕を 通します。

🇪 Do the same thing to the other side, then put User's both arms through the shirt.

🇻 Thực hiện tương tự với bên còn lại để luồn cả 2 tay áo.

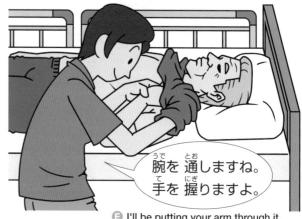

腕を 通しますね。手を 握りますよ。

🇪 I'll be putting your arm through it. I'm going to hold your hand.

🇻 Luồn tay vào nhé! Tôi nắm tay nhé!

後ろを 直しますね。気になる ところは ありますか。

4 利用者の 体を 側臥位に して、背中側に しわや たるみが ない ように 整えます。

🇪 Set User's body in the lateral position, and remove clothing wrinkles completely from the back side of his/her body.

🇻 Để người bệnh nằm nghiêng rồi vuốt cho phẳng các nếp nhăn ở lưng áo.

🇪 Let me fix the back side. Is everything okay?

🇻 Tôi chỉnh lại lưng áo ạ! Có chỗ nào khó chịu không ạ?

2 寝た状態での着替えの介助【前開きタイプの上着の場合】 10

Assisting to change clothes in a lying position【slipover-shirt】
Hỗ trợ mặc quần áo trong tư thế nằm【với áo mở cúc trước】

脱ぐ動作・着る動作を同時に行う場合

Do the actions for both taking off and putting on clothes at the same time.
Khi mặc và cởi cùng lúc.

1 服の ボタンを 外します。利用者を 側臥位に して、背中側を まくります。

Ⓔ Unbutton shirt, and set User's body in the lateral position, then roll the shirt of the back side upward.
Ⓥ Cởi cúc áo. Để người bệnh năm nghiêng rồi kéo phần lưng áo lên.

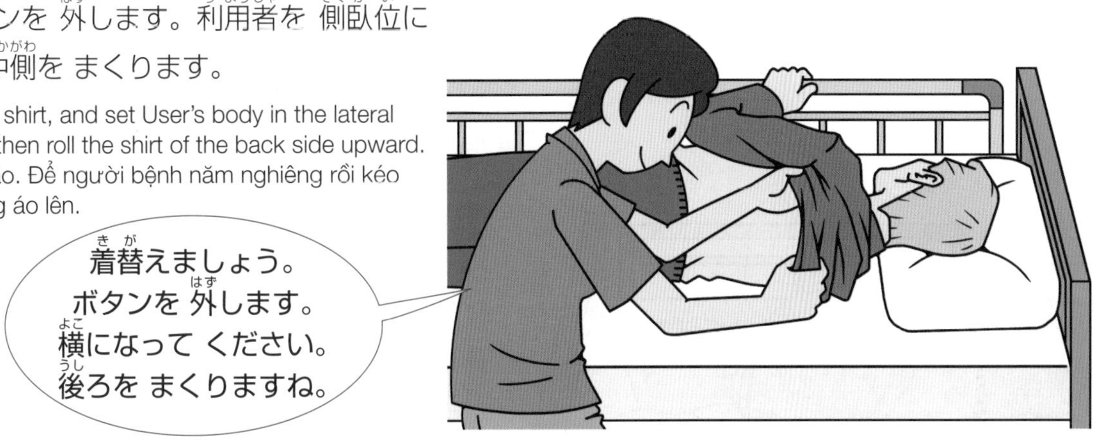
着替えましょう。
ボタンを 外します。
横になって ください。
後ろを まくりますね。

Ⓔ **Let's change your clothes. I'll be unbuttoning you. Please roll to your side. I'll be rolling up the back of your shirt.**
Ⓥ **Chúng ta thay áo ạ. Tôi xin phép cởi cúc. Anh/Chị nằm nghiêng đi ạ. Tôi vén lưng áo lên ạ!**

2 利用者を 仰臥位＊に 戻して、ひじを 曲げた 状態に します。服の 脇の 部分を 伸ばしながら、ひじを 出させて、片腕を 脱がせます。

Ⓔ Set User back to supine position, roll up the clothing from underarm and pull it through the elbow to undress the side of the body.
Ⓥ Để người bệnh nằm ngửa với cánh tay gập lại. Vừa kéo dưới nách áo vừa lôi tay ra để cởi một bên tay áo.

＊仰臥位…上を 向いて 寝る 姿勢
Sleeping while facing upward
Tư thế ngủ nằm hướng lên trên

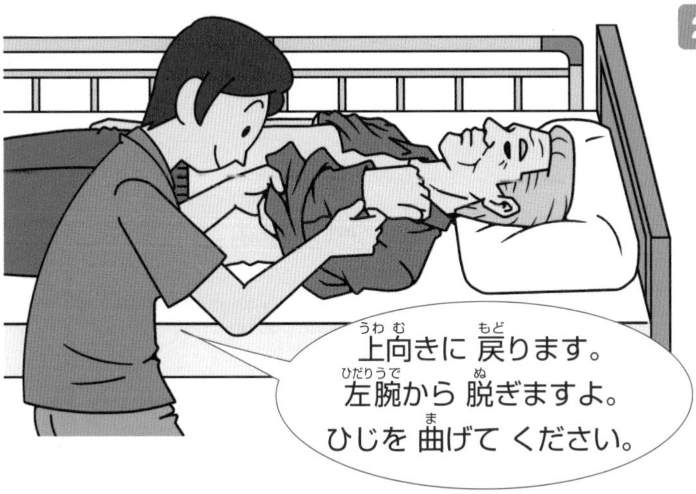
上向きに 戻ります。
左腕から 脱ぎますよ。
ひじを 曲げて ください。

Ⓔ **I'll be putting you on your back again. We'll start by taking this off your left arm. Please bend your elbow.**
Ⓥ **Nằm ngửa lại được rồi ạ! Tôi cởi từ tay trái nhé! Gập tay lại đi ạ!**

3 脱いだ 側から、着替える 服を 肩まで 着せます。

- E Dress the user in their new clothes up to the shoulder, starting with their undressed side.
- V Từ bên vừa cởi ra lại mặc đến vai.

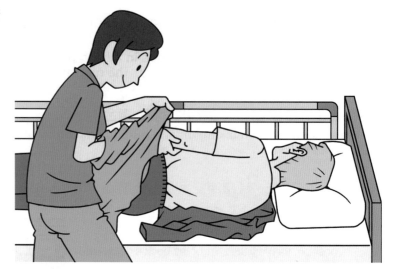

4 反対側の 部分を、脱いだ 服と 一緒に まとめて、体の 下に 入れます。

- E Take the other side of the clothes together with the removed clothes and place them under the user's body.
- V Bên còn lại cùng bên đã cởi cho xuống dưới cơ thể.

5 利用者を 仰臥位に して、服を 脱がせます。

- E Set User's body in the supine position, then remove the undressed clothing from underneath one side of his/her body.
- V Điều dưỡng viên cho người bệnh nằm ngửa rồi cởi

6 新しい 服に 利用者の もう 片方の 腕を 通します。前の 部分を 合わせて、しわや たるみを 直します。ボタンを 留めます。

右腕も 通しますよ。

- E I'll be putting your right arm through too.
- V Tôi mặc cả bên phải nhé!

- E Put User's other arm through the new clothing, and let both ends of the clothing meet in front while removing wrinkles and slacks, then button up.
- V Luồn tay áo mới vào bên cánh tay còn lại. Chỉnh trang lại nếp nhăn cùng cả mặc trước. Tôi cài khuy áo ạ!

7 服の たるみなどが あれば、利用者に 側臥位に
なって もらって、直します。

- **E** If the clothing is distorted, ask User to take the lateral position again to remove wrinkles or distortions at the back side of his/her body.
- **V** Nếu áo có nếp nhăn thì để người bệnh nằm nghiêng rồi chỉnh sửa lại.

> 後ろを 直しますね。気になる
> ところは ありますか。

- **E** Let me fix the back side. Is everything okay?
- **V** Tôi chỉnh phần lưng áo nhé! Có chỗ nào khó chịu không ạ?

3 寝た 状態での 着替えの 介助【ズボンの 場合】 🔊 11

Assisting to change clothes in a lying position 【taking off/putting on pants】
Hỗ trợ thay quần áo trong tư thế nằm 【với quần】

脱ぐ 動作
Taking off clothes / Động tác cởi

1 利用者に 側臥位に なって もらって、ズボンの 上側を 30cm くらい 脱がせます。

- **E** Have the user take a lateral position and pull down their pants by about 30 centimeters.
- **V** Để người bệnh nằm nghiêng rồi kéo quần xuống khoảng 30cm.

> ズボンを 脱ぐので、
> 横を 向きましょう。
> ズボンを 下げますよ。

- **E** I'm going to be taking off your pants, so let's turn sideways. I'll be pulling down your pants now.
- **V** Hãy nằm nghiêng để tôi cởi quần. Tôi xin phép cởi ạ.

2 利用者に 反対向きの 側臥位に なって
もらって、ズボンの 上側を 引き下げ
ます。

- E Ask User to take the supine position, and
  shift the other hip up, then pull off the other
  side of pants downward.
- V Để người bệnh nằm nghiêng sang hướng
  ngược lại rồi kéo quần xuống.

じゃ、次は こちら側を
向いてください。

- E Please face this way next.
- V Nào, tiếp theo là phía bên kia.

3 両足から ズボンを 脱がせます。

- E Take off pants from both legs.
- V Cởi cả hai ống quần.

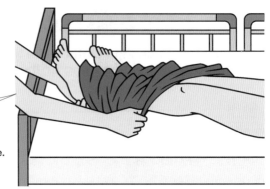

ズボンを 脱ぎますね。
片足ずつ 上げますよ。

- E I'll be taking off your pants, one leg at a time.
- V Tôi cởi đây ạ! Tôi nâng từng chân lên nhé!

着る 動作
Putting on / Động tác mặc

1 介助者は、ズボンを 片足ずつ 短く まとめて、
足首辺りまで 通します。

- E Bring one pant leg at a time together, bunching it near
  the user's ankle.
- V Điều dưỡng viên cuộn ngắn từng ống quần rồi mặc
  qua cổ chân.

ズボンを はきましょう。
右足を 上げてください。

- E Let's put on your pants.
  Please raise your right leg.
- V Tôi cởi quần nhé!
  Giờ chân phải lên ạ!

2 両足を 通したら、少しずつ 左右交互に 太もも
辺りまで、ズボンを 上げて いきます。

- E After making both feet go through, pull up the left and
  right side of pants up to thighs.
- V Mặc quần vào hai chân rồi thì kéo quần đối xứng từng
  bên lên đến đùi.

3 利用者に 側臥位に なって もらって、
ズボンの 上側を 腰まで 上げます。

E Ask User to take the lateral position, and
pull up the upper pants up to his/her hip.

V Để người bệnh nằm nghiêng rồi kéo quần
lên đến hông.

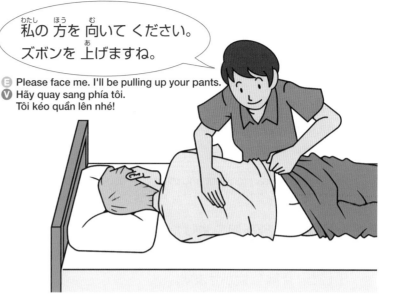

私の 方を 向いて ください。
ズボンを 上げますね。

E Please face me. I'll be pulling up your pants.
V Hãy quay sang phía tôi.
Tôi kéo quần lên nhé!

4 反対向きの 側臥位に なって もらって、腰まで
ズボンを 上げて、しわや たるみを 直します。

E Then help User to take the opposite lateral position, and
pull up the pants up to his/her hip and remove wrinkles
and slacks of the pants.

V Để người bệnh nằm nghiêng sang hướng ngược lại rồi
kéo quần lên đến hông rồi chỉnh lại chỗ nhăn hay xộc
xệch.

反対向きに なって ください。
ズボンを はきます。
はい、はけました。

E Please face the other way. I'll be putting on
your pants. Okay, your pants are on.

V Hãy quay sang phía bên kia. Tôi mặc quần
nhé! Vâng, xong rồi ạ!

4 座った 姿勢での 着替えの 介助【かぶる タイプの 上着の 場合】 🔊 12

Assisting to change clothes in a sitting position 〔slipover-shirt〕
Hỗ trợ thay quần áo trong tư thế ngồi 〔với áo chui đầu〕

脱ぐ 動作
Taking off clothes / Động tác cởi

1 利用者に 前かがみに なって もらって、介助者は、服の 背中の 部分を 上の 方に まくって おきます。

  🅔 Ask User to lean forward, and roll up the back side of the shirt.
  🆅 Để người bệnh ngồi hơi cúi đầu xuống, điều dưỡng viên kéo áo từ dưới lên đến lưng.

2 利用者の 片側の 腕を 曲げた 状態に して、服の 脇の 部分を 伸ばしながら、ひじを 出して、片腕を 脱がせます。

  🅔 Bend User's arm on one side and open his/her underarm part of the clothing, then release one of his/her elbows and take off the arm.
  🆅 Để một bên cánh tay người bệnh gập lại, vừa kéo nách áo vừa kéo khủy tay ra để cởi một bên tay áo.

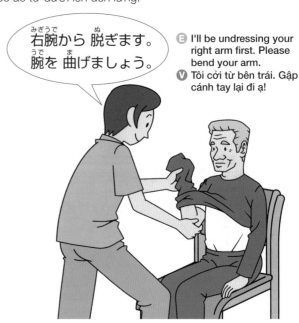

🅔 I'll be undressing your right arm first. Please bend your arm.
🆅 Tôi cởi từ bên trái. Gập cánh tay lại đi ạ!

右腕から 脱ぎます。
腕を 曲げましょう。

3 反対側の 腕も 同じように 脱がせます。

  🅔 Do the same thing to the other side to take off the shirt.
  🆅 Cởi tương tự với bên tay còn lại.

4 利用者に 前かがみに なって もらいます。介助者は 襟口を 広げて、顔に 襟が 当たらない ように 気をつけて、服 全体を 脱がせます。

  🅔 Ask User to lean forward, open the neck part of the shirt, while being careful not to rub the shirt on his/her face, and help to take off the clothing from the part of his/her head.
  🆅 Để người bệnh hơi cúi đầu. Điều dưỡng viên căng rộng phần cổ rồi cởi ra khỏi phần thân, chú ý không để áo chạm vào mặt.

前かがみに なって ください。
上から 脱ぎますよ。

🅔 Please lean forward. I'll be taking this off from above.
🆅 Cúi đầu xuống đi ạ! Tôi cởi từ trên nhé!

着る 動作

Putting on clothes / Động tác mặc

1 介助者は 襟口を 広げて、頭を 通します。

- E Open the neck part of the clothing, and slip it over the head.
- V Điều dưỡng viên căng rộng phần cổ rồi mặc qua đầu.

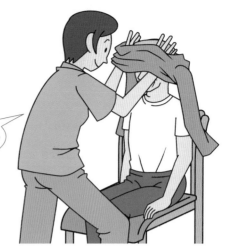

新しい 服を 着ましょう。
失礼します。

- E Let's put on these new clothes. Excuse me.
- V Anh/Chị thay quần áo mới nhé! Tôi xin phép!

2 介助者は 袖口から 手を 入れて、利用者の 手や 手首を つかみながら、袖に 手を 通します。

- E Insert Careworker's hand from one of User's sleeve openings, grasp the User's hand or wrist, and pull it through the sleeve.
- V Điều dưỡng viên luồn tay vào tay áo, vừa nắm lấy tay và cổ tay của người bệnh để mặc tay áo.

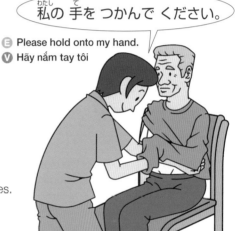

私の 手を つかんで ください。

- E Please hold onto my hand.
- V Hãy nắm tay tôi

3 反対側も 同じように して、両腕に 袖を 通します。

- E Do the same thing to the other side, and put both arms through sleeves.
- V Làm tương tự với bên còn lại để mặc được hai bên cánh tay.

4 利用者に 前かがみに なって もらって、背中部分の 裾を 下に 下げて、しわや たるみを 直します。

- E Ask User to lean forward, pull down the bottom edge of the clothing's back part, then remove wrinkles and slacks.
- V Để người bệnh hơi cúi đầu, kéo gấu áo ở phần lưng xuống, sau đó chỉnh chỗ có nếp nhăn hay xộc xệch.

後ろ 直しますね。

- E Let me fix up your back.
- V Tôi chỉnh lại lưng áo ạ!

5 座った 姿勢での 着替えの 介助【前開きタイプの 上着の 場合】 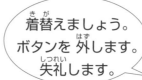 13

Assisting to change clothes in a sitting position 【open-shirt】
Hỗ trợ mặc quần áo trong tư thế ngồi 【với áo mở cúc phía trước】

脱ぐ 動作
Taking off clothes / Động tác cởi

1 前開きの ボタンを 外します。

- 🇪 Unbutton the shirt.
- 🇻 Tháo cúc phía trước.

お尻の 下に 挟まっている 部分が
あれば、引き出します。

- 🇪 Pull off the part of the clothing underneath User's hips.
- 🇻 Nếu có phần bị kẹp dưới mông thì kéo ra.

着替えましょう。
ボタンを 外します。
失礼します。

- 🇪 Let's change your clothes.
  I'll be unbuttoning you.
  Excuse me.
- 🇻 Anh/Chị thay quần áo nhé!
  Tôi cởi cúc ạ.
  Tôi xin phép.

2 服の 背中の 部分を 上の 方に 上げて、
片方の ひじを 袖から 出して、腕を
脱がせます。

- 🇪 Pull up the backside of the clothing toward User's upper back, and remove one of the elbows from the shirt and take it off from his/her arm.
- 🇻 Kéo phần lưng áo lên trên rồi kéo một bên khủy tay từ tay áo để cởi một bên tay áo.

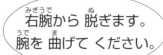

右腕から 脱ぎます。
腕を 曲げて ください。

- 🇪 I'll be undressing your right arm first. Please bend your arm.
- 🇻 Cởi từ bên tay phải. Gập tay lại đi ạ!

3 脱いだ 服を 利用者の 後ろへ 回して、
そのまま もう 片方の 腕を 脱がせます。

- 🇪 Place the half-undressed shirt toward User's back, and take off the shirt from the other arm.
- 🇻 Phần áo đã cởi cho ra phía sau của người bệnh rồi cởi luôn bên tay còn lại.

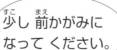

少し 前かがみに
なって ください。

- 🇪 Please lean forward a little bit.
- 🇻 Hơi cúi ra trước đi ạ!

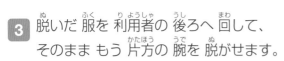

着る 動作

Putting on clothes / Động tác mặc

1 介助者は 袖口から 手を 入れて、
利用者の 手を つかみながら、
袖に 手を 通します。

- E Insert Careworker's hand from one of User's sleeve openings, grasp the User's hand or wrist, and pull it through the sleeve.
- V Điều dưỡng viên luồn tay vào tay áo, vừa nắm lấy tay và cổ tay của người bệnh để mặc tay áo vào.

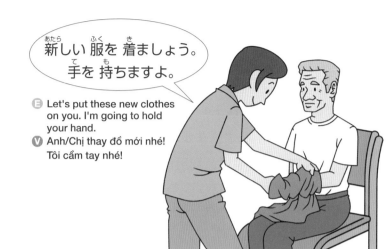

新しい 服を 着ましょう。
手を 持ちますよ。

- E Let's put these new clothes on you. I'm going to hold your hand.
- V Anh/Chị thay đồ mới nhé!
  Tôi cầm tay nhé!

2 介助者は 服を 利用者の 背中側から 後ろに 回して、
利用者の もう 片方の 腕を 通します。

- E Put on the other side of the shirt from the backside of User.
- V Điều dưỡng viên để áo ra phía sau lưng người bệnh rồi mặc bên tay áo còn lại.

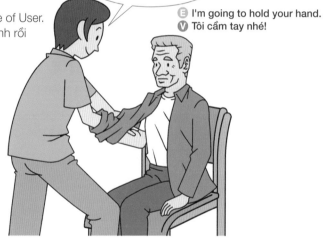

手を 持ちますね。

- E I'm going to hold your hand.
- V Tôi cầm tay nhé!

3 服の ボタンを 留めて、利用者に 前かがみに
なって もらいます。服の 裾を 引き下げて、
しわや たるみを 直します。

- E Button the shirt, and ask User to lean forward, then pull down the bottom edge of the clothing's back part, then remove wrinkles and slacks.
- V Cài cúc áo, để người bệnh hơi cúi đầu ra trước. Kéo gấu áo xuống rồi chỉnh nếp nhăn, chỗ xộc xệch.

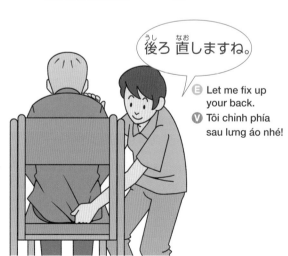

後ろ 直しますね。

- E Let me fix up your back.
- V Tôi chỉnh phía sau lưng áo nhé!

6 　座った 姿勢での 着替えの 介助 【ズボンの 場合】 🔊 14

Assisting to change clothes in a sitting position 〖pants〗
Hỗ trợ thay quần áo trong tư thế ngồi 〖với quần〗

脱ぐ 動作
Taking off clothes /Động tác cởi

1 利用者に 声を かけて、手すりなどに つかまって
もらいます。介助者は、利用者の ズボンの 後ろ
を 持って、利用者に 立って もらいます。

Ⓔ Ask User to hold a handrail or some other balustrade
to stand while Careworker holds the backside of User's
pants.

Ⓥ Cất lời gọi và để người bệnh bám vào tay vịn.
Điều dưỡng viên cầm vào sau quần còn người bệnh
đứng.

> 立ちましょう。
> 手すりに しっかり
> つかまって ください。

Ⓔ Let's stand up.
Please get a good
grip on the handrail.
Ⓥ Đứng lên nào!
Hãy bám chắc vào
tay vịn ạ!

2 介助者は、利用者の 後ろに 立って、利用者が
転びそうに なっても、すぐに 支えられる よう
に 注意しながら、ズボンを 下ろします。

Ⓔ Stand behind User and pay attention to his/her balance
to be able to support User even if they're about to fall
over, then pull off the pants.

Ⓥ Điều dưỡng viên đứng đằng sau người bệnh, nếu
người bệnh loạng choạng thì phải chú ý đỡ ngay, còn
tay thì kéo quần xuống.

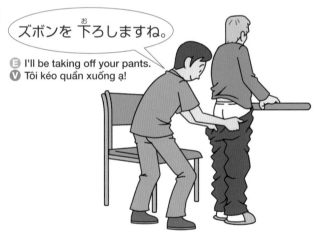

> ズボンを 下ろしますね。

Ⓔ I'll be taking off your pants.
Ⓥ Tôi kéo quần xuống ạ!

3 利用者に 座って もらいます。
ズボンを 足先から、片足ずつ 出して、
ズボンを 脱がせます。

Ⓔ Ask User to sit down, and help him/her to
take off the pants from the tiptoe one leg after
the other.

Ⓥ Để người bệnh ngồi xuống.
Cởi quần từ bàn chân với từn bên chân một.

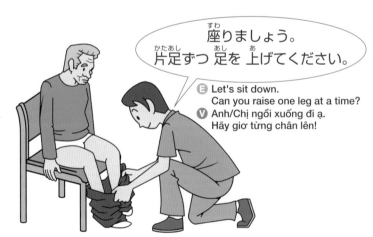

> 座りましょう。
> 片足ずつ 足を 上げてください。

Ⓔ Let's sit down.
Can you raise one leg at a time?
Ⓥ Anh/Chị ngồi xuống đi ạ.
Hãy giơ từng chân lên!

70

着る 動作

Putting on clothes / Động tác mặc

1 介助者は、ズボンを 裾の ところで 小さく まとめて、片足ずつ 足首 辺りまで 通します。

- E Help User to put his/her leg through the bottom edge of the pants one after the other.
- V Điều dưỡng viên thu gọn ống quần rồi mặc qua cổ chân từng chân một.

2 両足を 通したら、左右交互に 少しずつ、太もも 辺りまで ズボンを 上げて いきます。

- E After putting both legs through the bottom edge of the pants, pull up to the thigh area one side after the other.
- V Khi đã mặc vào 2 chân rồi thì kéo quần lên đến vùng đùi, mỗi chân từng chút một.

新しい ズボンを はきましょう。片足ずつ 足を 上げて ください。

- E Let's wear these new pants. Please raise your legs, one at a time.
- V Anh/Chị thay quần mới đi ạ! Hãy giơ từng chân lên!

3 利用者に 手すりなどを 持って、立ち上がって もらいます。

- E Ask User to hold a handrail or balustrade to stand up.
- V Để người bệnh bám vào tay vịn và đứng lên.

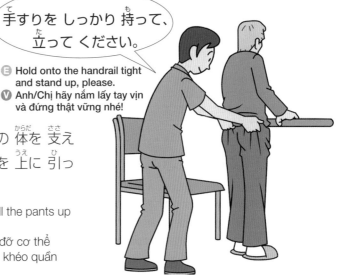

手すりを しっかり 持って、立って ください。

- E Hold onto the handrail tight and stand up, please.
- V Anh/Chị hãy nắm lấy tay vịn và đứng thật vững nhé!

介助者は、利用者の 後ろに 立って、利用者の 体を 支え ながら、ズボンを 腰まで 上げます。ズボンを 上に 引っ 張りすぎない ように 気をつけます。

- E Stand behind User to support his/her body, and pull the pants up to his/her hips. Do not pull up the pants too much.
- V Điều dưỡng viên đứng đằng sau người bệnh, vừa đỡ cơ thể người bệnh vừa kéo quần đến hông. Chú ý không kéo quần quá cao.

4 利用者に 座って もらって、しわや たるみを 直します。

- E Ask User to sit down and remove wrinkles and slacks.
- V Để người bệnh ngồi xuống rồi chỉnh nếp nhăn, chỗ xộc xệch.

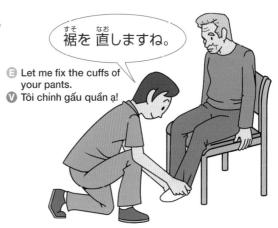

裾を 直しますね。

- E Let me fix the cuffs of your pants.
- V Tôi chỉnh gấu quần ạ!

1 口腔ケア　Oral care
Chăm sóc khoang miệng

🔊 15

口腔ケアは、口の 中を 清潔に 保って、気分を さわやかに する だけで なく、細菌感染を 予防して 味覚を 保ちます。

🇪 Oral care keeps Users' mouths clean, and does not only make them feel refreshed, but also guards against bacterial infection and protects their sense of taste.

🇻 Chăm sóc khoang miệng không chỉ giữ sạch khoang miệng khiến tinh thần sảng khoái mà còn phòng được vi khuẩn, giữ được vị giác.

■ 食後の 口腔ケアで 健康に

Be healthy with oral care after meal / Chăm sóc sức khỏe bằng chăm sóc khoang miệng sau bữa ăn

口の 中に 食べ物の かすが 残って いると、細菌が 増えて しまうので、食後は 歯ブラシで 歯を 磨いたり、入れ歯の 手入れを したり して、汚れを しっかり 取り除きましょう。

🇪 Because food particles in the mouth cause bacterial propagation, clean them up with a toothbrush, and maintain denture care to purify them completely.

🇻 Nếu trong miệng còn dính thức ăn sẽ khiến vi khuẩn sinh sôi nên sau bữa ăn phải chải răng bằng bàn chải, rửa sạch răng giả, đánh sạch vết bẩn.

できるだけ 利用者に 磨いて もらう ように して、磨きにくい 部分は 介助者が 磨きます。

🇪 Let Users clean up their teeth as much as possible. Careworkers help them clean up when they have difficulties to do it.

🇻 Cố gắng để người bệnh tự đánh răng, phần khó đánh thì điều dưỡng viên sẽ làm giúp.

利用者が 洗面台まで 移動できない 場合は、ベッドに 座ったり、ギャッジベッドを 上げたり して、座った 姿勢で 磨きます。安全な 姿勢で 誤嚥にも 注意しましょう。

🇪 If Users are unable to move to the sink, they should remain seated on the bed or raise the gatch bed to raise up their upper body. Pay attention to a safe posture to prevent misswallowing.

🇻 Nếu người bệnh không thể di chuyển tới bồn rửa mặt thì có thể ngồi trên giường, hay nâng cao giường bệnh lên để đánh răng ở tư thế ngồi. Chú ý ngồi ở tư thế an toàn để không bị hóc.

口腔ケアは、口を きれいに する だけでは なく、正常な 味覚を 保つ ために 行います。また 認知症の 予防や 発声など 口腔機能の 向上にも 効果が あると 言われて います。毎日、積極的に 口腔ケアを しましょう。

🇪 It is said that oral care is effective not only for cleaning inside the mouth, but also for preserving normal sense of taste, preventing dementia, or improving oral function, such as utterance.Be sure to provide oral care every day.

🇻 Chăm sóc khoang miệng không chỉ làm sạch miệng mà còn để giữ được vị giác chính xác. Có thông tin cho rằng việc này còn hiệu quả trong việc phòng ngừa bệnh lẫn hay nâng cao chức năng khoang miệng như phát âm. Vì vậy hàng ngày hãy tích cực chăm sóc khoang miệng.

■ 基本的な ブラッシング

Basic brushing / Cách chải răng cơ bản

口腔ケアの 基本は、ブラッシングに よって 虫歯の 原因と なる 歯垢や 食べ物の かすを 取り除く ことです。

歯ブラシは 鉛筆と 同じように 持ちます。少しずつ 動かして、一本一本 磨く ように します。歯垢は 柔らかいので、あまり 力を 入れずに 歯ブラシの 先で 取る ように します。

口の 中の 汚れやすい ところを 重点的に 行います。

🇪 Basic oral care is removing plaque or food particles that cause cavities by brushing.
Holding the toothbrush in the same way as a pencil, brush one by one twitchily. Brush the plaque with the tip of the tooth-brush gently.
Focus on the inner oral cavity that easily gets stained.

🇻 Cơ bản của chăm sóc khoang miệng là thông qua việc chải răng loại bỏ được cao răng cũng như mảng bám thức ăn là nguyên nhân gây sâu răng.
Bàn chải được cầm giống như cầm bút chì. Đưa bàn chải từng chút một và chải từng răng. Lới khá mềm nên không nên đánh quá mạnh mà chỉ dùng đầu bàn chải để chải.
Chú trọng chải những chỗ dễ bẩn trong miệng.

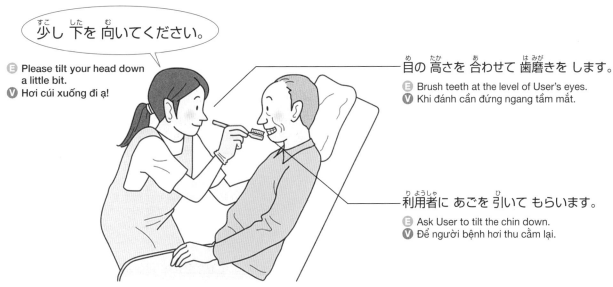

少し 下を 向いてください。

🇪 Please tilt your head down a little bit.
🇻 Hơi cúi xuống đi ạ!

目の 高さを 合わせて 歯磨きを します。

🇪 Brush teeth at the level of User's eyes.
🇻 Khi đánh cần đứng ngang tầm mắt.

利用者に あごを 引いて もらいます。

🇪 Ask User to tilt the chin down.
🇻 Để người bệnh hơi thu cằm lại.

利用者と 目の 高さを 合わせ、利用者に 少し あごを 引いて もらって 歯磨きを します。

🇪 Adjusting to the level of User's eyes, help him/her to tilt the chin down for tooth brushing.
🇻 Điều chỉnh tầm mắt ngang với người bệnh rồi để người bệnh hơi cúi xuống khi đánh răng.

実践アドバイス Advice! / Lời khuyên thực tiễn!

■ 上から のぞき込む ように 介助すると、あごが 上がって、歯磨き粉や だ液を 誤嚥しやすく なります。

🇪 If Careworker brushes from upside level than User's eyes, his/her jaw comes up, which may cause mis-swallowing toothpaste or saliva.
🇻 Nếu đánh từ trên nhòm xuống người bệnh phải hất cằm lên cao sẽ rất dễ sặc kem đánh răng, nước bọt.

口の 中の 汚れやすい ところ

Parts of the inner oral cavity that easily get stained
Những nơi dễ bám bẩn trong miệng

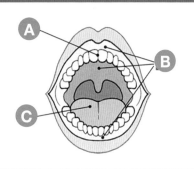

■ ブラッシングが できない とき

Being unable to brush
Khi không thể chải răng

　歯ブラシが 使えない ときは、ガーゼ を 湿らせて、歯、歯茎、舌など 口腔内 の 汚れを ていねいに 拭き取ります。ス ポンジブラシや 口腔用ウェットティッ シュなどを 使っても いいです。

🇪 When a toothbrush cannot be used, soak gauze in gargle to remove stains from teeth, gums, tongue, and inner oral cavity. Over-the-counter sponges, brushes, wet tissues made for inner oral cavity, or a sponge brush may be used.

🇻 Nếu không sử dụng được bàn chải thì làm ẩm miếng vải bông rồi lau thật kĩ những chỗ bẩn trong miệng như răng, lợi, lưỡi v.v... Cũng có thể dùng bàn chải bông hay khăn ướt dùng cho khoang miệng.

ケアの 方法

How to care / Cách chăm sóc

Ⓐ 歯と 歯の 間：挟まった 食べ物は 歯間ブラシで 取り ます。

🇪 Between teeth: Removing food particles between teeth by brushing.

🇻 Giữa hai răng: Dùng chỉ nha khoa để làm sạch thức ăn bám giữa kẽ răng.

歯と 歯茎の 間：歯ブラシを 歯の 側面に 垂直に 当て て、横に 少しずつ 動かして 磨きます。

🇪 Border between the gum and teeth: Brush the teeth vertically, and brush one by one horizontally and twitchily.

🇻 Giữa răng và lợi: Đặt bàn chải thẳng với mặt cạnh của răng rồi di chuyển sang ngang từng chút một.

Ⓑ 前歯と 唇の 間、上あご：スポンジブラシなどを 使って、手前側に 向けて こすります。

🇪 Between the front teeth, lips and upper jaws: Care toward the front side with a sponge brush.

🇻 Giữa răng cửa và môi trên: Dùng bông rồi cọ mặt trước.

Ⓒ 舌の 上：舌に ついた 白い コケは 口臭の 原因に な るので、歯ブラシや スポンジ ブラシなどで、軽く こすって 取ります。

🇪 On the tongue: Because the white infected tissues tend to cause bad breath, remove them with toothbrush and a sponge brush gently.

🇻 Trên lưỡi: Phần trắng trên lưỡi là nguyên nhân gây hôi miệng nên dùng bàn chải hoặc bông cọ nhẹ để làm sạch.

2 入れ歯の 手入れ Denture care / Chăm sóc răng giả

入れ歯は 食べ物の かすが 付きやすいので、口臭や 細菌感染の 原因と なります。その ため、歯ブラシなどで こすり洗いを して、清潔を 保つ ように しましょう。

Ⓔ Dentures easily catch food particles that cause bad breath or virus infection. Therefore, it is important to keep them clean by brushing them carefully with a toothbrush.

Ⓥ Răng giả rất dễ dính thức ăn nên là nguyên nhân gây hôi miệng và lây nhiễm vi khuẩn. Chính vì thế, phải dùng bàn chải để cọ rửa giữ gìn vệ sinh.

流水でブラッシング Brush with running water / Rửa dưới vòi nước

総入れ歯 Full dentures / Răng giả cả hàm

❶ 入れ歯を 外して、片手で しっかりと 持ちます。歯ブラシなどで 全体を しっかり 磨いて、よく すすぎます。

Ⓔ Remove the denture and hold it tight with one hand, polish it completely with a toothbrush, and then wash it well.

Ⓥ Tháo răng giả ra, cầm chắc bằng một tay. Dùng bàn chải chải thật sạch toàn bộ rồi xả dưới vòi nước.

❷ 歯と 歯の 間は 歯茎から 歯の 方向に 真っすぐに ブラッシングします。専用の ブラシを 使うと 磨きやすいです。

Ⓔ When brushing between teeth, brush from gums to teeth straightforward. It is easier to brush teeth with the special brush.

Ⓥ Giữa hai răng thì đánh theo chiều thẳng từ răng đến lợi. Dùng bàn chải chuyên dụng sẽ dễ chải hơn.

部分入れ歯 Partial dentures / Răng giả từng phần

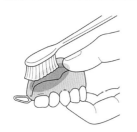
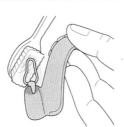

● 入れ歯の 端や クラスプ（金属の バネ）の 部分に 汚れが たまりやすいので、ていねいに 洗います。

Ⓔ Stains accumulate in the edge part of the denture or clasp (partial denture), so brush it thoroughly.

Ⓥ Răng giả dễ bị bám bẩn vào phần kim loại và góc răng nên phải rửa thật kĩ.

実践アドバイス Advice! / Lời khuyên thực tiễn!

■ ブラッシングで 汚れを 落とします。

　Ⓔ Brush teeth to remove plaque. 　Ⓥ Dùng bàn chải để làm sạch vết bẩn.

■ 熱湯は 使いません。　　　　　　　■ 歯磨き粉を 使いません。

　Ⓔ Do not use boiling water.　　　　　Ⓔ Do not use toothpaste.

　Ⓥ Không dùng nước nóng　　　　　　Ⓥ Không dùng kem đánh răng

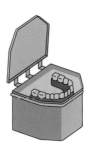

■ 寝るときは 入れ歯を 外して、ケースに 清潔な 水と 一緒に 漬けて 保管します

　Ⓔ Remove dentures before going to bed, and soak them with clean water in the case.

　Ⓥ Khi ngủ phải tháo răng ra ngâm vào nước sạch để bảo quản.

爪が 伸びすぎると、肌を 傷つけたり 汚れが たまったり して 感染の 原因に なります。特に 足の 爪が 伸びすぎると、立ったり 歩いたり しにくく なって しまいます。

🇪 If nails grow too much, it hurts skin or gathers dust, and causes infection of diseases. Especially, too much grown toenails affect standing and walking postures.

🇻 Móng tay dài là nguyên nhân gây xước da, tích tụ bẩn dễ nhiễm bệnh. Đặc biệt móng chân dài sẽ gây khó khăn khi đứng hoặc đi.

■ 安全な 爪切りを する 前に   Before safe nail clipping / Để cắt móng tay an toàn

高齢者の 多くは 足の 指・爪に トラブルを 抱えています。

トラブルを その ままに して おくと、移動や 歩行が 難しくなる ため 適切な ケアが 必要です。明るい 場所で 爪の 見やすい 姿勢で、相手の 爪に 合わせて 爪切りの 角度を 変えながら 切るように します。

🇪 Many elderly have trouble in tiptoes and toenails.
The appropriate treatment of toenails prevents the elderly from being impaired in physical activities.
Adjust Careworker's angle to visibly cut the nails of User in a bright place.

🇻 Đa phần người cao tuổi đều gặp rắc rối với ngón và móng chân.
Nếu cứ để vậy sẽ gây khó khăn khi di chuyển hay bước đi nên cần phải có cách chăm sóc đúng mực. Cần cắt móng tay ở nơi sáng sủa, ở tư thế dễ nhìn thấy móng và vừa thay đổi góc độ cắt phù hợp với móng của người đó.

■ 準備する もの   Preparation / Cần chuẩn bị

- 爪切り 🇪 Nail Clipper / 🇻 Dụng cụ bấm móng

- ニッパー 🇪 Nipper / 🇻 Kìm cắt móng

- やすり 🇪 Nail File / 🇻 Dũa móng

■ 爪切りの ポイント   Tips for clipping nails / Chú ý khi cắt móng

■ 一度に 切らないで 少しずつ 分けて 切ります。

🇪 Trim nails little by little instead of cutting them off once.
🇻 Không cắt một lần mà cắt từng chút một.

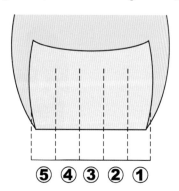

⑤ ④ ③ ② ①

■ 指先に 平らな 物を 当てて 爪が 当たらないか、少し 触れる くらいの 長さに 切ります。

🇪 Trim the nails so that their tips will not hit a flag object or so that they just barely touch.

🇻 Để đầu ngón chân chạm vào một mặt phẳng xem có chạm vào móng không và cắt đến độ dài vừa chạm một chút.

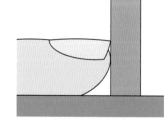

■ 指の 形に 合わせて 切ります。
- 🇪 Trim nails adjusting to fingers' shape.
- 🇻 Cắt theo hình dạng của móng.

■ 爪切りの使い方　How to use nail clippers / Cách cắt móng

■ 爪切りを 斜めに 当てて 切ると、深爪に なりやすくて、指を 傷つける 場合が あります。
- 🇪 Placing a nail clipper in the diagonal angle may cut nails too deep and hurt skin.
- 🇻 Nếu để nghiêng cắt sẽ dễ cắt sâu gây tổn thương cho móng chân.

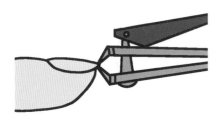

■ 爪先の 中心部分は、爪切りの 下の 刃が 垂直に なる ように 切ります。爪切りの 下の 刃が 爪先に かかる 力を 受け止めて、バランスを 取って くれます。
- 🇪 For the middle part of the fingertips, place the lower blade vertically to the nails. The lower blade controls balance strength on the fingertips.
- 🇻 Phần giữa móng nên để thẳng đứng với lưỡi dưới bấm cắt móng. Lưỡi kéo dưới của dụng cụ cắt đỡ lấy lực đầu móng sẽ dễ giữ cân bằng hơn.

■ 角を 切る ときは、刃を 上向きに します。指と 爪切りの 角度が 「への字」に なる ように します。
- 🇪 When cutting the corner of the fingertips, the blade faces upward. Put a nail clipper on a fingertip in the right angle.
- 🇻 Khi cắt ở góc nên hướng lưỡi bấm móng lên trên. Góc giữa ngón chân và bấm móng nên là hình chữ " へ ".

■ ニッパーの 使い方 How to use nippers / Cách dùng kìm cắt móng

■ ニッパーの 下の 刃を 固定して 上の 刃だけを 下して 切ります。

　🇪 Put the lower blade of the nipper in position, and cut with the upper blade.
　🇻 Cố định lưỡi dưới của kìm cắt móng và chỉ hạ lưỡi trên xuống để cắt.

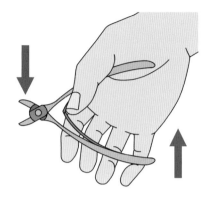

■ やすりの 使い方 How to use nail file / Cách dùng dũa móng

■ 爪の 中心に 向かって 左右 2〜3回に 分けて やすりを かけます。

　🇪 File the nails with 2-3 strokes left and right toward the center of the nail at a time.
　🇻 Hướng vào phần giữa móng dũa phải trái 2~3 lần.

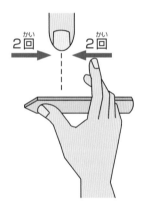
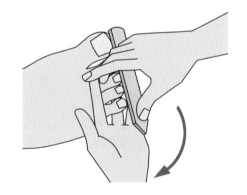

■ つま先は 軽く 縦方向に こすります。

　🇪 Rub tiptoes gently in longitudinal direction.
　🇻 Phần đầu móng nên dũa nhẹ theo chiều dọc.

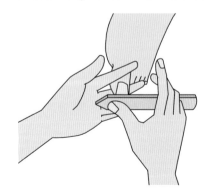

実践アドバイス Advice! / Lời khuyên thực tiễn!
■ 何回も 強く 削っては いけません。

　🇪 Do not shave with a large amount of force many times.
　🇻 Không được mài mạnh nhiều lần.

ことばの 整理

Organizing Vocabulary / Tổng hợp từ vựng

1 身だしなみを 整える

一般的な ことば General Terms / Từ vựng thông thường

□ 清潔(な)
- E hygienic
- V sạch sẽ

□ 保つ
- E maintain
- V bảo đảm, giữ gìn

□ 整える
- E sort; tidy
- V chuẩn bị

□ 公共(の)
- E public
- V công cộng

□ ブラシ
- E brush
- V bàn chải, lược

□ 鼻水
- E snot
- V nước mũi

□ あと
- E trace
- V vết (bẩn)

□ ひげ
- E beard
- V râu

□ 伸びる
- E grow long
- V dài ra

□ 衣服
- E clothing
- V quần áo, trang phục

□ 汚れる
- E get dirty
- V bẩn

□ 襟
- E collar
- V cổ áo

□ 乱れる
- E become disarranged
- V xộc xệch, lộn xộn

□ 裾
- E hem
- V vạt áo ·

□ かかと
- E heel
- V gót chân

□ 踏む
- E step
- V giẫm

□ きちんと
- E properly
- V cẩn thận, đâu ra đấy

専門的な ことば・介護現場で よく 使う ことば Specialized Terms / Frequently Used Terms in Caregiving Situations / Từ chuyên môn, từ thường dùng trong công việc điều dưỡng

□ 身だしなみ
- E personal grooming
- V chỉn chu vẻ bề ngoài

□ 寝癖
- E bed hair
- V tóc rối (sau khi ngủ dậy)

□ 目頭
- E inner corner of the eye
- V đầu mắt

□ 目尻
- E outer corner of the eye
- V cuối mắt

□ 目やに
- E gum in eyes
- V gỉ mắt

□ 蒸しタオル
- E steamed towel
- V khăn ấm

□ 拭き取る
- E wipe off
- V lau sạch

□ 鼻毛
- E nose hair
- V lông mũi

□ そり残し
- E hair remaining after shaving
- V cạo râu còn sót

□ よだれ
- E drool
- V nước dãi

□ 食べこぼし
- E spilt food
- V ăn rơi vãi

□ おしぼり
- E damp washcloth for a meal
- V khăn lau tay

□ かけ忘れ
- E forgetting to set
- V quên cài (cúc áo)

□ かけ違い
- E setting incorrectly
- V cài (cúc áo) lệch

□ すね
- E shin
- V bắp (chân)

2 着替えの 介助

一般的な ことば　General Terms　Từ vựng thông thường

日本語	英/越	日本語	英/越	日本語	英/越
□ 着替え	E changing clothes / V thay quần áo	□ 素材	E material / V chất liệu	□ 当たる	E hit / V va phải, chạm phải
□ 夜間	E nighttime / V buổi đêm	□ デザイン	E design / V thiết kế	□ まとめる	E gather / V tóm lược, tổng hợp
□ 日中	昼間。一日の 中で 日が 出ている 間。	□ 肌	E skin / V da	□ 留める	E stop / V cài (nút áo)
□ 区別	E distinction / V phân biệt	□ 有効(な)	E effective / V có tác dụng, hiệu quả	□ 引き下げる	E lower; reduce / V kéo xuống
□ 規則的(な)	E regular / V có quy tắc, điều độ	□ 普段	E normal / V thông thường	□ 交互	E alternate / V đan xen
□ 指示	E indication / V chỉ thị	□ かぶる	E wear / V đội (mũ), trùm qua đầu	□ つかまる	E grab / V bám lấy
□ 好み	E preference / V sở thích	□ 辺り	E surrounding area / V vùng, quanh	□ 転ぶ	E trip / V ngã
□ 応じる	E respond to / V ứng với, tương ứng với	□ 脇	E underarm; armpit / V nách		

専門的な ことば・介護現場で よく 使う ことば　Specialized Terms / Frequently Used Terms in Caregiving Situations　Từ chuyên môn, từ thường dùng trong công việc điều dưỡng

日本語	英/越	日本語	英/越	日本語	英/越
□ 寝巻き	寝る ときに 着る 服。	□ 肩甲骨	E scapula / V xương bả vai	□ 足首	E ankle / V cổ chân
□ 自立	人の 力を 借りないで 自分で する こと。	□ まくる	E roll up / V xắn lên (tay áo, ống quần)	□ 太もも	E thigh / V đùi
□ 援助	E aid / V hỗ trợ	□ 襟口	E neck / V cổ áo	□ 手首	E wrist / V cổ tay áo
□ しわ	E wrinkle / V nếp nhăn	□ 袖口	E cuff / V cổ tay áo	□ 袖	E sleeve / V tay áo
□ たるみ	E slackness / V xộc xệch	□ 前開き	E opening in front / V mở cúc phía trước	□ 手すり	E handrail / V tay vịn
□ 発汗	E sweating / V toát mồ hôi	□ 仰臥位	E Sleeping while facing upward / V Tư thế ngủ nằm hướng lên trên	□ 足先	E toes / V đầu ngón chân
□ 報告(する)	E (to) report / V báo cáo				

3 口腔ケア・入れ歯の ケア

一般的な ことば　General Terms　Từ vựng thông thường

日本語	英/越	日本語	英/越	日本語	英/越
□ さわやか(な)	E refreshing / V sảng khoái, dễ chịu	□ 汚れ	E stain / V vết bẩn	□ 積極的	E positive; assertive / V một cách tích cực
□ 味覚	E sense of taste / V vị giác	□ 洗面台	E sink / V bồn rửa mặt	□ 虫歯	E cavity / V răng sâu
□ かす	E dregs / V vụn thức ăn	□ 正常(な)	E normal / V chính xác, chuẩn xác	□ 重点的	E high-priority / V chú trọng, trọng điểm
□ 手入れ	E care / V chăm sóc	□ 効果	E effect / V hiệu quả	□ 歯磨き粉	E toothpaste / V kem đánh răng

□ 舌	E tongue / V lưỡi	□ 専用	E exclusive; private / V chuyên dụng	□ ケース	E case / V hộp đựng
□ こする	E rub / V chà, chùi	□ 金属	E metallic / V kim loại	□ 漬ける	E soak in / V ngâm
□ 側面	E the side / V mặt bên	□ バネ	E spring / V lò xo	□ 保管する	E store (safely) / V bảo quản
□ 垂直	E perpendicular / V thẳng đứng	□ たまる	E build up / V tích tụ		
□ すすぐ	E rinse / V xúc (miệng)	□ 熱湯	E hot water / V nước nóng		

専門的な ことば・介護現場で よく 使う ことば　Specialized Terms / Frequently Used Terms in Caregiving Situations　Từ chuyên môn, từ thường dùng trong công việc điều dưỡng

□ 口腔	口から のどまでの 間の 空間。	□ だ液	E saliva / V nước miếng	□ ウェットティッシュ	E wet tissue / V khăn ướt
□ ケア(する)	E (to) care for / V chăm sóc	□ 歯間ブラシ	E interdental brush / V bàn chải đánh răng	□ 口臭	E mouth odor / V mùi miệng
□ 入れ歯	E dentures / V răng giả	□ 前歯	E front tooth / V răng cửa	□ 総入れ歯	E full dentures / V răng giả toàn bộ
□ 発声	E utterance / V phát âm	□ 上あご	E upper palate / V hàm trên	□ 流水	E running water / V dưới vòi nước chảy
□ ブラッシング	E brushing / V đánh (răng)	□ スポンジブラシ	E sponge brush / V bàn chải sốp	□ 部分入れ歯	E partial dentures / V răng giả từng phần
□ 歯垢	E plaque / V cao răng	□ コケ	E (tongue) fur / V rêu		
□ のぞき込む	E peek into / V nhòm vào	□ ガーゼ	E gauze / V băng gạc		

4 爪切り

一般的な ことば　General Terms　Từ vựng thông thường

□ 爪切り	E nail trimming / V cắt móng tay	□ 角度	E angle / V góc độ	□ 当てる	E apply to / V áp vào, ướm vào
□ トラブル	E trouble / V rắc rối	□ 中心	E center / V trung tâm, tập trung	□ 刃	E blade / V lưỡi dao
□ 抱える	持つ。	□ やすり	E file / V dũa móng tay	□ 削る	E shave off / V gọt, dũa, cắt
□ 適切(な)	E appropriate / V phù hợp, thích hợp	□ 平ら(な)	E flat / V bằng phẳng		

専門的な ことば・介護現場で よく 使う ことば　Specialized Terms / Frequently Used Terms in Caregiving Situations　Từ chuyên môn, từ thường dùng trong công việc điều dưỡng

□ 高齢者	E elderly person / V người cao tuổi	□ 深爪	爪を 深く 切りすぎる こと、その 状態。
□ ニッパー	E nippers / V kim cắt móng	□ つま先	E tips of the toes / V đầu móng
□ 指先	指の 先の 部分。		

81

1　身だしなみを 整えるには 何が 必要ですか。合う ものを 線で 結んで ください。

❶ 寝癖　　　　　・　　　　　　　　　・ 爪切り

　　　　　　　　　　　　　　　　　・ 蒸しタオル

❷ 目やに　　　　・

　　　　　　　　　　　　　　　　　・ ブラシ

❸ 鼻水の あと　・　　　　　　　　　・ ティッシュペーパー

2　着替えの 介助に ついて、正しい ものに 〇を、間違って いる ものには ×を 書いて ください。

❶ （　　　）着替えを すると、昼と 夜の 区別が ついて、規則的な 生活を 送る ことが できます。

❷ （　　　）マヒの ある 場合は、マヒの ない 側から 服を 着て、マヒの ある 側から 服を 脱ぎます。

❸ （　　　）着替えの ときは、利用者の 体を 見ない ように します。

❹ （　　　）着替えが 終わったら、服に しわや たるみが ないか、確認します。

3　口腔ケアに ついて 説明します。文の 内容に 合う ように、（　　　）に ことばを 書いて ください。

❶ 介助者が 利用者の 歯を 磨く ときは、お互いの （　　　　　） の 高さを 合わせて、利用者に あごを （　　　　　）て もらいます。

❷ 歯と 歯の 間は、歯ブラシを （　　　　　）に 少しずつ 動かして 磨きます。

❸ 前歯や 上あごは （　　　　）で （　　　　）側に 向けて こすります。

❹ 歯だけではなく、（　　　　）に ついた 白い コケも しっかり 取ります。

❺ 入れ歯を 磨く ときは （　　　　）や （　　　　）を 使っては いけません。

4　爪を 切る とき、正しい やり方は、次の a、bの うち、どちらですか。正しい ほうに 〇を つけて ください。

a　　　　　　　　　　　　　　b

（　　）　　　　　　　　　　（　　）

82

第5章 Chapter 5
Chương 5

入浴介助
Bathing Assistance
Hỗ trợ tắm rửa

16

　入浴は 「体を 清潔に 保つ」 「血流を 良くする」 など 健康を 維持する ことが 目的ですが、利用者の楽しみの 一つでも あります。

　一方で、利用者には 溺水・転落・表皮剥離など、介助者には 転倒などの 危険を 多く 含んで います。楽しく・安全に 入浴できる 環境を 整える ことと、入浴中は 介助者が 目を 離さない ことが 大切です。

E Bathing is for maintaining health, such as keeping the skin clean or improving blood circulation, as well as one of the activities which Users look forward to.

On the other hand, bathing has many risks, such as drowning, falling off, and epidermolysis for Users, as well as falls of Careworker. It is important for Careworker to prepare for the safe bathing environment and to keep eyes on the elderly during bathing.

V Tắm rửa là để duy trì sức khỏe như "giữ cơ thể sạch sẽ" "giúp máu lưu thông" nhưng cũng là một niềm vui của người bệnh.

Mặt khác, nó cũng ẩn chứa nhiều nguy hiểm với người bệnh như đuối nước, ngã, trợt da, còn với điều dưỡng viên cũng có thể bị ngã. Nên cần thiết phải chuẩn bị môi trường tăm thật vui vẻ, an toàn, đồng thời trong khi tắm không được rời mắt khỏi người bệnh.

　入浴は 利用者の 楽しみの 一つですが、大きな エネルギーを 使います。

E Bathing is a pleasure, but consumes lots of energy.
V Đi tắm là một niềm vui của người bệnh nhưng phải tốn khá nhiều năng lượng.

　入浴前は 利用者の 体調を 十分に 確認して おく 必要が あります。

E Check the physical condition of user adequately.
V Trước khi tắm phải kiểm tra kĩ tình hình sức khỏe của người bệnh.

　体調が 良くなくて、入浴が 難しい 場合は、適切に 説明を して 理解して もらう ことが 必要です。

E In case of finding it difficult to take a bath because of poor physical condition, Careworker needs to provide a clear explanation and obtain understanding.
V Nếu không khỏe, khó có thể tắm thì phải giải thích khéo léo để người bệnh hiểu được và thông cảm.

　また、入浴設備や 環境を チェックして、利用者と介助者の 安全を 確保しましょう。

E In addition, check the bathing facilities and environment to secure safety for both User and Careworker.
V Ngoài ra, phải kiểm tra thiết bị, môi trường tắm để đảm bảo an toàn cho cả người bệnh và điều dưỡng viên.

■ 体調をチェック Check physical condition / Kiểm tra sức khỏe

■ 体温を 計測します。その 人の 平常時の 体温と 比較して 判断します。

- Ⓔ Measure body temperature. Read the result as compared with the person's usual temperature.
- Ⓥ Đo thân nhiệt. So sanh với thân nhiệt lúc bình thường của người đó để quyết định.

■ 食欲や 顔色、風邪の 症状が ないかなど 総合的に 体調を 判断します。

- Ⓔ Figure out the physical condition holistically, such as whether symptoms of catching a cold are seen or not.
- Ⓥ Xem xét sức khỏe tổng hợp như mức độ thèm ăn, sắc mặt, có biểu hiện bị cảm hay không.

■ 排泄 Excretion / Bài tiết

■ トイレは 入浴前に 済ませて もらいます。

- Ⓔ Guide User to go to the toilet before bathing.
- Ⓥ Cần đi vệ sinh trước khi vào tắm.

■ おむつは 脱衣の ときに 取ります。

- Ⓔ Take off a diaper first when Users wear it.
- Ⓥ Khi cởi quần áo thì tháo luôn cả bỉm.

■ 環境整備 Environment preparation / Chuẩn bị môi trường

■ 浴室と 脱衣室の 温度を 居室の 温度と ほぼ 同じに 調節します。

- Ⓔ Adjust the temperature for both the bathroom and the dressing room as the same as the temperature in the living room.
- Ⓥ Điều chỉnh nhiệt độ nhà tắm, phòng thay đồ gần tương đường với phòng ở.

■ 入浴設備が きちんと 動くか 確認を します。

- Ⓔ Confirm that the bathing facility has no problems.
- Ⓥ Kiểm tra xem các thiết bị trong nhà tắm có hoạt động bình thường không.

■ 入浴後の ケア Care after bathing / Chăm sóc sau khi tắm

■ 入浴後は 体調に 変化が ないか 確認を します。また、湯冷めを しない よう 手早く 着替えの 介助を します。

- Ⓔ Check physical conditions after bathing. Assist to change clothes quickly so that User does not feel cold after the bath.
- Ⓥ Sau khi tắm xong phái kiểm tra xem có thay đổi gì về sức khỏe không. Ngoài ra nên nhanh tay hỗ trợ thay quần áo để tránh bị lạnh.

■ 異常への 対応を する Deal with emergency / Xử lí khi có bất thường

■ 入浴中に 全身の 観察を して、異常が あれば 看護師に 伝えて 診て もらいます。

- Ⓔ Observe the whole body while taking a bath, and report to the nurse if abnormal events are detected.
- Ⓥ Quan sát toàn thân trong khi tắm, nếu có bất thường phải gọi y tá đếm xem xét.

■ しっかり 水気を 拭き取る　Wipe water off / Lau thật khô nước

■ 脇の下や 陰部など 拭き残しやすい 部分を ていねいに 拭きます。

　Ｅ Wipe carefully armpits and genitals.
　Ｖ Lau cẩn thận những vùng dễ bị đọng nước như nách, vùng bẹn.

■ マヒや 拘縮 * などで 拭きにくい 場所は 痛みに 注意しながら ていねいに 拭きます。

　Ｅ Care about pain when wiping parts with paralysis and contracture.
　Ｖ Những vùng bị liệt hay co rút thì vừa lau thật cẩn thận vừa chú ý không làm đau.

　* 拘縮：関節が 固まって 動きにくく なる こと。
　　contracture: When it is difficult to move due to hardened joints. / Co rút: chỉ phần khớp bị cứng khó cử động.

■ 髪を 洗う ときに タオルで しっかり 拭き取って おいて、着替えが 終了したら ドライヤーで 乾かします。

　Ｅ Wipe the water off from hair with towels, and dry hair with a hair dryer after changing clothing.
　Ｖ Nếu gội đầu thì lau thật khô bằng khăn, thay quần xong thì sấy khô bằng máy sấy.

■ ドライヤーは、必ず 手に 風を 当てて 温度を 確認しながら 使用します。

　Ｅ Do not use a hair dryer without first checking its temperature with your hand.
　Ｖ Máy sấy khi dùng nên kiểm tra nhiệt độ bằng cách thổi thử vào tay.

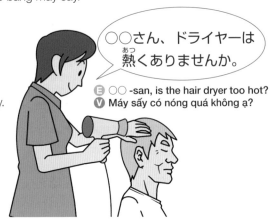

○○さん、ドライヤーは 熱くありませんか。

Ｅ ○○ -san, is the hair dryer too hot?
Ｖ Máy sấy có nóng quá không ạ?

■ 肌の 保湿ケアを する　Skin care to remain moisture / Giữ ẩm cho da

■ 肌は 乾燥すると、かゆく なります。利用者に あった 保湿方法で ケアしましょう。

　Ｅ The user will become itchy if their skin dries out. Be sure to take care of them using an appropriate moisturization method.
　Ｖ Da khô sẽ gây ngứa nên cần chú ý giữ ẩm phù hợp với người bệnh.

■ 引き継ぎを する　Handover of Information / Bàn giao

■ 入浴中の 排泄や 異常、言動などを フロアの 介助者に 引き継ぎを します。

　Ｅ Give Users' information about excretion, any abnormality, behavior, etc. during bathing.
　Ｖ Khi bệnh nhân đi ngoài, có bất thường, lời nói hành động trong khi tắm thì thông báo với nhân viên trực.

2 入浴中のケア
にゅうよくちゅう

Care assistance during bathing / Chăm sóc trong khi tắm

施設に ある 入浴設備の 使い方を よく 理解して 安全に 進めます。また、湯舟の お湯の 温度や 入浴時間に ついては できるだけ 個人の 好みを 尊重しますが、「のぼせ」 などへの 注意が 必要です。

🇬🇧 Bathing care should be made safely based on understanding the way of care assistance in the bathing facilities the Care home has. Careworker usually respects individual preferences as much as possible in terms of temperature of the bathwater or the duration of taking a bath, while paying attention to dizziness caused by a prolonged hot bath.

🇻🇳 Cần nắm rõ cách sử dụng thiết bị tắm trong trung tâm để giữ an toàn. Tôn trọng sở thích cả nhân về nhiệt độ nước bồn tắm hay thời gian tắm nhưng phải chú ý không để bị sốc nhiệt.

施設に より 入浴設備は 違うので、入浴介助の 手順・方法も 違います。ここでは 共通する 体の 洗い方・髪の 洗い方を 確認して おきます。

🇬🇧 Depending on the facility, the bathing equipment differs, and at the same time, procedures and methods for care assistance are also different. This section covers methods of washing the body and hair commonly taken in various facilities.

🇻🇳 Mỗi trung tâm lại có thiết bị nhà tắm khác nhau nên các bước hỗ trợ tắm, cách tắm cũng khác nhau. Ở đây chúng tôi giới thiệu cách tắm và cách gội đầu thông dụng nhất.

1 体の 洗い方・髪の 洗い方 （共通）　🔊 17
からだ　あら　かた　かみ　あら　かた　きょうつう

Basic methods for washing body and hair
Cách tắm, cách gội đầu (thông thường)

■ **不快感や 危険を 取り除く** Remove discomforts and risks / Loại bỏ bất tiện và nguy hiểm

■ 肌が 直接 触れる ところが 冷たくない ように お湯を かけたり、タオルを 敷いたり します。

🇬🇧 Pour hot water or place a towel on the sitting surface in order to keep it warm.

🇻🇳 Dội nước ấm hay trái sẵn khăn để những chỗ tiếp xúc trực tiếp với da không bị lạnh.

■ シャワーの 温度を 手で 確認しながら 利用者の 体に
かけます。

- E Check the shower temperature with Careworker's hand, and shower User. (See the image)
- V Kiểm tra bằng tay nhiệt độ nước vòi hoa sen rồi mới tắm lên người bệnh nhân.

■ 利用者の 足先、手先から お湯を かけて、お湯の 温度
を 確認する 声かけを しながら 徐々に 体の 中心へと
進みます。

- E While checking temperature with oral measurement, shower from tiptoe and fingers, and gradually shift showering the trunk of the body.
- V Phun nước ấm lên đầu ngón chân, ngón tay người bệnh trước để kiểm tra nhiệt độ rồi mới dần dần dội lên cơ thể.

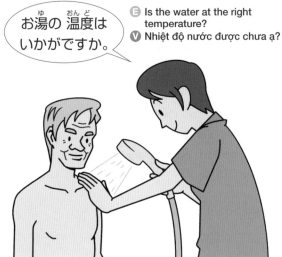

お湯の 温度は
いかがですか。

- E Is the water at the right temperature?
- V Nhiệt độ nước được chưa ạ?

■ **尊厳を 大切に する** Preserve dignity / Coi trọng sự tôn nghiêm

■ 同性介助が できない 場合が 多いので 利用者が 恥ずかしく 感じて いる ことを 理解しましょう。

- E There are many cases where same-sex care cannot be provided. Be sure to understand that users may feel embarrassed.
- V Cần hiểu rằng người bệnh cảm thấy ngại vì đa số trường hợp người tắm cho mình không phải người cùng giới.

■ 体を 洗う ときに 使用する スポンジは 2つ 用意して、陰部や 臀部に 使う ものを 別に します。

- E Prepare two sponges to wash the body, one for the genital area and the other for buttocks.
- V Khi tắm cần chuẩn bị 2 bông tắm trong đó 1 cái dùng để cọ vùng bẹn, vùng hậu môn.

■ 利用者が 自分で 洗える ところは 洗って もらいます。

- E Let Users wash body parts where they can do it on their own.
- V Để người bệnh tự tắm chỗ nào có thể tự làm được.

■ 利用者の 肌は 弱いので 強く こすりません。

- E Do not rub the skin strongly because the skin of Users is weak.
- V Không chà sát mạnh vì da của người bệnh yếu.

■ 脇の 下や マヒ・拘縮の 部分は ガーゼを 使うなど して ていねいに 洗います。

- E Wash carefully the armpits, parts with paralysis, or contracture with gauze.
- V Vùng dưới nách, chỗ bị tê liệt, co rút thì dùng vải bông mềm tắm thật cẩn thận.

2 体の 洗い方・髪の 洗い方（座位の 場合）

Washing body and hair (sitting position)
Cách tắm, gội đầu (ở tư thế ngồi)

■ 不快感や 危険を 取り除く　Remove discomforts and risks / Loại bỏ bất tiện và nguy hiểm

■ 浴室の 床が 冷たくない ように お湯を 流して 温めます。

🇪 Pour hot water on the bathing floor in order to keep it warm.
🇻 Phun sẵn nước ấm để sàn nhà tắm không bị lạnh.

■ 床に 滑りやすい ものが 落ちて いないか 確認します。

🇪 Check that there are no slippery objects on the bathing floor.
🇻 Kiểm tra xem sàn có vật gì dễ làm trơn ngã không.

■ 体を 洗う　Washing body / Tắm

■ 体の 前、後ろ、陰部・臀部の 順に 洗います。

🇪 Wash body parts in order, from front, back, genital area to buttocks.
🇻 Tắm theo thứ tự thân trước, thân sau, vùng bẹn, hậu môn.

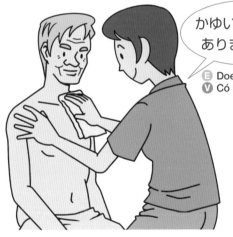

かゆい ところは
ありませんか。

🇪 Does it itch anywhere?
🇻 Có ngứa chỗ nào không ạ?

滑らないように、
手すりに しっかり
つかまって ください。

🇪 Please hold onto the hand rail tightly so you don't slip.
🇻 Anh/Chị bám vào tay vịn thật chắc để không bị ngã nhé!

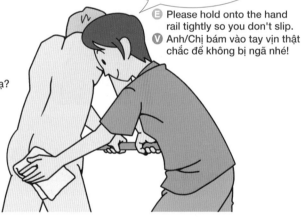

■ 介助者が 前に 立って 利用者が 倒れない
ように して 介助します。

🇪 The caregiver should stand in front of the user and provide care so that they do not fall over.
🇻 Điều dưỡng viên đứng ra phía trước để hỗ trợ giúp người bệnh không bị ngã.

シャワーの 温度は
いかがですか。

🇪 Is the shower at the right temperature?
🇻 Nhiệt độ nước vừa chưa ạ?

■ 髪と顔を洗う　Wash hair and face / Gội đầu và rửa mặt

■ 頭部を前に倒して頭の後ろ側を、頭部を後ろに倒して頭の前側を、頭部を戻してもらってこめかみを洗います。

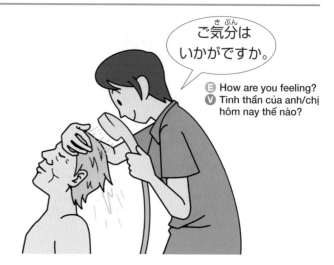

ご気分はいかがですか。

- E How are you feeling?
- V Tinh thần của anh/chị hôm nay thế nào?

- E Ask User to bend his/her head forward to wash the back of the head, and to bend his/her head backward to wash the front of the head. Then shift back into position.
- V Cúi đầu xuống trước để gội phía sau đầu, ngửa ra phía sau để gội phần trước đầu, sau đó để thẳng đầu để gội hai bên thái dương.

■ 必ず耳の部分には手を当ててお湯が入るのを防ぎながら洗います。

- E Put your hand on User's ear when washing his/her head to keep water out of ear.
- V Khi gội phải đặt tay vào tai để tránh nước chui vào tai.

■ 顔を洗って、すぐにタオルで拭いた後、髪の毛をよく乾かします。

- E Wash User's face and wipe it with a towel quickly, then wipe head hair well.
- V Sau khi rửa mặt thì lau ngay bằng khăn và sấy tóc thật khô.

3 体の 洗い方・髪の 洗い方（臥位の 場合）

🔊 19

Washing body and hair (lying position)
Cách tắm, gội đầu (ở tư thế nằm)

■ 体を 洗う Washing body / Tắm

■ 体の 前、陰部、後ろ、臀部の 順に 洗います。

🇪 Wash the body in order, from front, genital area, back to buttocks.
🇻 Tắm theo thứ tự thân trước, thân sau, vùng bẹn, hậu môn.

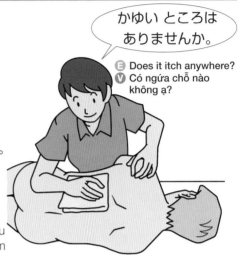

かゆい ところは
ありませんか。

🇪 Does it itch anywhere?
🇻 Có ngứa chỗ nào không ạ?

■ 後ろを 洗う ときは 介助者側に 側臥位に なって もらって、介助者の 体で 転落などの 危険を 防ぎます。介助者の 手で 利用者の 肩や 腰などを 支えて 側臥位が できる ように します。

🇪 For washing the backside of body, ask User to take a sitting position horizontally, by supporting his/her hands, shoulders, and hips, to prevent fall accidents.
🇻 Khi tắm thân sau thì để người bệnh nằm nghiêng, điều dưỡng viên dùng chính cơ thể của mình để bảo vệ người bệnh không bị rơi xuống đất. Điều dưỡng viên dùng tay đỡ vai, hông người bênhj để người bệnh có thể nằm nghiêng.

■ 髪と 顔を 洗う Washing hair and face/ Gội đầu và rửa mặt

■ 枕を 取ります。

🇪 Remove the pillow.　🇻 Rút gối ra.

■ 頭部の 前、後ろ、こめかみの 順に 洗います。

🇪 Wash his/her head in order, from front, back to temple.
🇻 Gội theo trình tự trước, sau, hai bên thái dương.

■ 耳の 部分には 必ず 手を 当てて、お湯が 入るのを 防ぎながら 洗います。

🇪 Put your hand on User's ear when washing his/her head to keep water out of ear.
🇻 Phần tai phải áp ngón tay vào để nước không chui vào tai.

■ お湯で タオルを 濡らして 顔を 拭きます。

🇪 Wipe his/her face with warm wet towel.　🇻 Làm ẩm khăn mặt bằng nước ấm rồi lau mặt.

■ 髪の毛を よく 乾かします。

🇪 Wipe the user's hair well.　🇻 Sấy thật khô tóc.

■ 枕を 戻します。

🇪 Put the pillow back in position.　🇻 Đặt gối lại chỗ cũ.

第5章

入浴介助

Bathing Assistance / Hỗ trợ tắm rửa

91

Organizing Vocabulary / Tổng hợp từ vựng

1 入浴前の 準備

一般的な ことば General Terms Từ vựng thông thường

☐ 入浴	ふろに 入る こと。	☐ 総合的(な)	E comprehensive V một cách tổng hợp
☐ 含む	E include V bao gồm	☐ 済ます	E finish V xong, hoàn thành
☐ エネルギー	E energy V năng lượng	☐ 浴室	E bathroom V phòng tắm
☐ 十分(な)	E sufficient V đủ, đầy đủ	☐ 温度	E temperature V nhiệt độ cơ thể
☐ 設備	E equipment V thiết bị	☐ 調節(する)	E (to) adjust V điều chỉnh
☐ チェック(する)	E (to) check V kiểm tra	☐ 変化(する)	E (to) change V thay đổi
☐ 確保(する)	E (to) secure V bảo đảm	☐ 異常(な)	E unusual V bất thường
☐ 体温	E body temperature V nhiệt độ cơ thể	☐ 対応(する)	E (to) correspond; (to) answer V xử lí
☐ 平常	E normal V thông thường, bình thường	☐ 水気	E moisture V ướt nước
☐ 比較(する)	E (to) compare V so sánh	☐ ドライヤー	E dryer V máy sấy
☐ 食欲	E appetite V thèm ăn	☐ 乾燥(する)	E (to) dry V làm khô
☐ 風邪	E cold; flu V cảm mạo	☐ かゆい	E itchy V ngứa

専門的な ことば・介護現場で よく 使う ことば Specialized Terms / Frequently Used Terms in Caregiving Situations Từ chuyên môn, từ thường dùng trong công việc điều dưỡng

☐ 溺水	E near drowning V đuối nước	☐ 顔色	表情。
☐ 転落(する)	E (to) fall V rơi xuống (từ trên cao)	☐ 排泄	E excretion V đi vệ sinh
☐ 表皮	E outer skin V da bên ngoài	☐ おむつ	E diaper V bỉm
☐ 剝離	E abrasion; separation V bong, tách rời	☐ 脱衣	服を 脱ぐこと。
☐ 転倒(する)	E (to) fall V ngã	☐ 脱衣室	服を 脱ぐ ための 部屋。
☐ 体調	E physical condition V thể trạng	☐ 居室	ふだんいる 部屋。
☐ 計測(する)	E (to) measure V đo đạc	☐ 湯冷め	E chill after a bath V nước nguội

□ 手早く ^{てばや}　**E** quickly　**V** nhanh tay

□ 看護師 ^{かんごし}　**E** nurse　**V** y tá

□ 診る ^み　医者が 患者の 状態を 見る こと。^{いしゃ かんじゃ じょうたい み}

□ 陰部 ^{いんぶ}　**E** pubic region　**V** phần phụ, phần kín

□ 拭き残し ^{ふ のこ}　拭いて いない ところ。拭いて いない 場所を 残している こと。^{ふ ふ ばしょ のこ}

□ 拘縮 ^{こうしゅく}　長い間 動かさなかった ために 関節が 固くなって 動かなく なる こと。^{なが あいだ うご かんせつ かた うご}

□ 保湿(する) ^{ほしつ}　**E** (to) maintain humidity　**V** giữ ẩm

□ 引き継ぎ ^{ひ つ}　**E** handoff　**V** bàn giao

□ 言動 ^{げんどう}　発言や 行動。^{はつげん こうどう}

□ フロア　階。同じ 階。^{かい おな かい}

第5章
入浴介助
Bathing Assistance / Hỗ trợ tắm rửa

2 入浴中の ケア ^{にゅうよくちゅう}

一般的な ことば ^{いっぱんてき}　General Terms / Từ vựng thông thường

□ 進める ^{すす}　**E** move forward　**V** tiến hành

□ 手順 ^{てじゅん}　**E** process　**V** các bước, trình tự

□ 共通(する) ^{きょうつう}　**E** (to) share　**V** tương đồng, chung

□ 直接 ^{ちょくせつ}　**E** direct　**V** trực tiếp

□ 敷く ^し　**E** spread out　**V** trải (chăn, đệm)

□ 徐々に ^{じょじょ}　**E** gradually　**V** dần dần

□ 床 ^{ゆか}　**E** floor; bed　**V** sàn nhà

□ 流す ^{なが}　**E** drain; flush　**V** rửa trôi

□ 滑る ^{すべ}　**E** slip　**V** trượt

□ 順 ^{じゅん}　**E** order　**V** trình tự

□ 拭く ^ふ　**E** wipe　**V** lau

□ 枕 ^{まくら}　**E** pillow　**V** gối

□ 濡らす ^ぬ　**E** moisten　**V** làm ướt

専門的な ことば・介護現場で よく 使う ことば ^{せんもんてき かいごげんば つか}　Specialized Terms / Frequently Used Terms in Caregiving Situations / Từ chuyên môn, từ thường dùng trong công việc điều dưỡng

□ 湯舟 ^{ゆぶね}　**E** bathtub　**V** bồn tắm

□ のぼせ　**E** rush of blood to the head　**V** tăng xông (do nhiệt độ cao)

□ 不快感 ^{ふかいかん}　**E** discomfort　**V** cảm giác khó chịu, không thoải mái

□ 手先 ^{てさき}　手の 先の 部分。^{て さき ぶぶん}

□ 尊厳 ^{そんげん}　**E** dignity　**V** tôn nghiêm

□ 護る ^{まも}　**E** protect　**V** bảo vệ

□ 同性 ^{どうせい}　**E** same sex　**V** đồng tính, cùng giới tính

□ 臀部 ^{でんぶ}　おしりの 部分。^{ぶぶん}

□ 座位 ^{ざい}　座った ときの 姿勢。^{すわ しせい}

□ 頭部 ^{とうぶ}　**E** head　**V** phần đầu

□ こめかみ　**E** temple　**V** thái dương

□ 臥位 ^{がい}　体が 横に 寝ている 状態。^{からだ よこ ね じょうたい}

93

文の 内容に 合う ように、(　　) に ことばを 書いて ください。

❶ 入浴前に 利用者の　（　　　　　）を 測ります。

❷ 浴室と 脱衣室の　（　　　　　）は、居室と 同じに します。

❸ 利用者の 肌が 直接 触れる ところは、（　　　　　）を かけたり、（　　　　　）を 置いたりして、冷たく ない ように します。

❹ お湯は　（　　　　　）や　（　　　　）から かけて、少しずつ 体の 中心に 進みます。

❺ 体を 洗う ときは、スポンジを　（　　　　　）つ 用意します。

❻ 髪を 洗う ときは、必ず　（　　　　）に 手を 当てて、お湯が 入るのを 防ぎます。

❼ ドライヤーで 髪を 乾かす ときは、自分の　（　　　　　）で 風の 温度を 確認します。

排泄介助

Excretion Assistance

Hỗ trợ đi vệ sinh

排泄は 食べる ことと 並んで 生命を 維持する ために 欠かせない ことで、とても プライベートな ものです。できるだけ 自然に 近い 排泄を して もらう ことを 基本に します。利用者の 便意・尿意 の サインを 見逃さないで、タイミング よく トイレ 誘導する ことは、自力で 排泄する ために とても 重要です。

Ⓔ Excretion is an essential physiological activity to maintain life just like eating, and then it is the most private behavior. The excretion should be a natural act. Careworker crucially need to guide Users to the toilet timely without missing signs of bowel or urinary movements.

Ⓥ Đi vệ sinh là việc không thể thiếu để duy trì sinh mệnh không kém gì việc ăn, và là việc rất riêng tư. Cơ bản cố gắng để người bệnh đi vệ sinh một cách tự nhiên nhất. Không bỏ lỡ dấu hiệu muốn đi tiểu tiện, đại tiện của người bệnh, gợi ý đi vệ sinh đúng lúc rất quan trọng để người bệnh có thể tự đi vệ sinh.

排泄ケアのポイント
Tips of Care Assistance for Excretion / Chú ý khi chăm sóc đi vệ sinh

環境の 整備　Environmental preparation
Chuẩn bị môi trường

● 排泄は 最も プライベートな もので ある ため、本人の 意志を 尊重します。利用者が できるだけ 恥ずかしく ない ように 声かけを して、必ず 本人の 同意を 得てから 介助しましょう。

🇬🇧 Since excretion is someone's most private activity, it is important to respect the user's wishes. Speak to the user in order to minimize their embarrassment and always be sure to receive the user's consent before providing care.

🇻🇳 Đi vệ sinh là việc vô cùng riêng tư nên phải tôn trọng ý muốn của người bệnh. Cất lời gọi, có được sự đồng ý của người bệnh mới giúp đỡ để người bệnh không cảm thấy xấu hổ.

● できるだけ 利用者の 肌が 見えない ように して、プライバシーを 確保しましょう。安全に 気をつけながら、排泄時は その 場から 離れる ように します。

🇬🇧 Limit exposure as much as possible to maintain privacy. Leave User alone after checking safety during excretion.

🇻🇳 Cố gắng không để lộ da thịt của người bệnh để bảo vệ quyền riêng tư. Khi người bệnh đi vệ sinh thì có thể tránh ra ngoài nhưng vẫn phải chú ý an toàn.

● 排泄物は 手早く 片付けて、部屋に 臭いが こもらない ように 換気を します。

🇬🇧 Clear off excrement quickly, and ensure adequate ventilation to guard against bad odor filling the room.

🇻🇳 Nhanh tay dọn chất thải, mở cửa lưu thông không khí để phòng không bị bám mùi.

利用者の 状態に 合わせた 排泄介助　Excretion assistance suited for User's condition
Hỗ trợ đi vệ sinh phù hợp tới tình trạng của người bệnh

● 利用者の 体の 状態に 合わせて ポータブルトイレ・おむつなどの 使用を 選択します。

🇬🇧 Choose a portable toilet or a diaper depending on User's body condition.

🇻🇳 Có thể lựa chọn toilet di động hoặc bỉm sao cho phù hợp với tình trạng của người bệnh.

● 利用者の 体の 機能に 合わせて、便器への 移乗や ズボンの 上げ下げの 介助を しましょう。

🇬🇧 Depending on User's bodily function, transfer him/her on the toilet bowl and assist to put on and take off pants.

🇻🇳 Hỗ trợ lên xuống bệ xí, mặc cởi quần theo khả năng có thể của cơ thể người bệnh.

清潔の 保持　Maintain cleanliness
Giữ gìn vệ sinh

● 排泄介助中の 手は 不潔に なるので、なるべく 体の ほかの 部分は 触らないようにしましょう。

🇬🇧 Do not touch other body parts with hands while assisting excretion in order to maintain hygiene.

🇻🇳 Tay hỗ trợ đi vệ sinh không sạch nên chú ý không để chạm vào các phần khác của cơ thể.

● 感染予防のために、介助後は 必ず 手洗いと 手指消毒を しましょう。

🇬🇧 Wash hands thoroughly to kill germs in order to prevent infection after assistance.

🇻🇳 Để đề phòng lây nhiễm, sau khi hỗ trợ đi vệ sinh phải rửa tay và sát khuẩn tay.

2 トイレでの 排泄介助（車いすで 移動する 人）
Toilet Assistance for Excretion (for wheelchair Users)
Hỗ trợ đi vệ sinh bằng bồn cầu (với người di chuyển bằng xe lăn)

利用者が 立った まま 用を 済ます ことが できない 場合は、便器への 移乗などを 介助します。手すりを 使って、介助者に 寄りかかって もらいながら 移ると 利用者の 負担に なりません。

Ⓔ Careworker assists User to move on the toilet bowl When users cannot excrete while standing. Let User hold the hand-rails while leaning on him/her to reduce User's physical burden.

Ⓥ Nếu người bệnh không thể đứng để đi vệ sinh thì hỗ trợ lên xuống bồn cầu. Vừa di chuyển vừa dùng tay vịn hay dựa vào điều dưỡng viên sẽ bớt gánh nặng cho người bệnh.

1 車いすを 便器の 近くに 寄せる
Place a wheelchair close to the toilet bowl
Để xe lăn sát với bồn cầu

車いすを 便器に 直角に 付けます。ブレーキを かけて フットレストを 外します。同時に 補助輪を 足で 押さえて 動かないようにします。

Ⓔ Place the wheelchair at a right angle, and put on the brakes and remove footrests while fixing one of the sup-porting wheels with your left or right foot.

Ⓥ Để xe lăn vuông góc với bồn cầu. Cài phanh, tháo bàn để chân. Đồng thời dùng chân giữ hai bánh phú để xe không bị di chuyển.

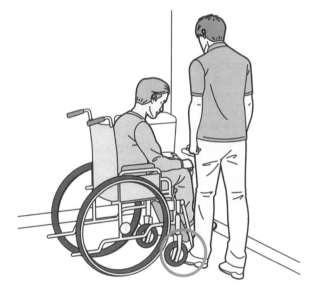

手すりを 持って もらいます。

Ⓔ Guide User to hold the handrail.
Ⓥ Cầm lấy tay vịn.

> 立ち上がって 手すりを 持って ください。

Ⓔ Stand up and hold the handrail, please.
Ⓥ Hãy đứng lên và bám lấy tay vịn đi ạ!

ズボンの 後ろを 持って 立って もらいます。

Ⓔ Careworker grips User's back of the waistband to assist User to stand.
Ⓥ Cầm lấy lưng quần cho người bệnh đứng.

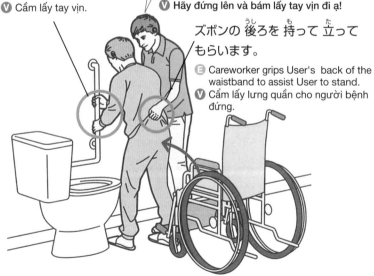

2 声かけを して、立って もらう
Encourage Users to stand
Cất lời gọi rồi để người bệnh đứng lên

利用者に 立ち上がりの 姿勢で 手すりを 持って もらいます。

Ⓔ Help User stand and hold a handrail.
Ⓥ Để người bệnh đứng, tay cầm lấy tay vịn.

介助者は 利用者の ズボンの 後ろを 持って、立って もらいます。

Ⓔ Careworker holds the hip part of his/her pants to assist his/her standing.
Ⓥ Điều dưỡng viên cầm lưng quần của bệnh nhân để người bệnh đứng.

3 お尻を 便座の 方に 向ける

Turn his/her buttocks toward the toilet bowl
Hướng mông vào bồn cầu

少しずつ 体重を 移動しながら 体の 向きを 変えるように 声がけを して、お尻を 便座の 方に 向けます。

🇪 Careworker slowly guides User to turn him/her toward the toilet bowl by shifting his/her weight.

🇻 Hướng dẫn người bệnh vừa di chuyển cơ thể từng chút một vừa xoay người, mông hướng vào bồn cầu.

介助者は 右手で 背中を 支えながら、左手でズボンと 下着を 下ろします。

🇪 Careworker supports User's back with his/her right/left hand, and puts underwear and pants down with the opposite hand.

🇻 Điều dưỡng viên dùng tay phải đỡ lưng, tay trái kéo quần và quần lót xuống.

4 便座に 座る

Sit on the toilet seat
Ngồi vào bồn cầu

右手は 背中を 支えた まま、左手で 腰の 辺りに 触れて、利用者を 支えながら 便座に 下ろします。

🇪 Keep the right/left hand on User's back part and put him/her down on the toilet seat.

🇻 Tay phải vẫn đỡ lưng, tay trái chạm vào phần hông đỡ người bệnh ngồi xuống bồn cầu.

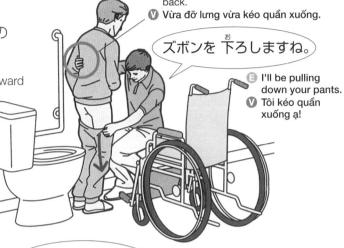

背中を 支えながら ズボンを 下ろします。

🇪 Pull pants down while supporting User's back.

🇻 Vừa đỡ lưng vừa kéo quần xuống.

ズボンを 下ろしますね。

🇪 I'll be pulling down your pants.

🇻 Tôi kéo quần xuống ạ!

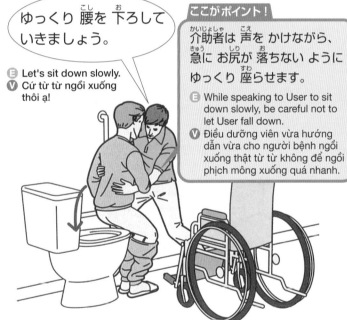

ゆっくり 腰を 下ろして いきましょう。

🇪 Let's sit down slowly.

🇻 Cứ từ từ ngồi xuống thôi ạ!

ここがポイント！

介助者は 声を かけながら、急に お尻が 落ちない ように ゆっくり 座らせます。

🇪 While speaking to User to sit down slowly, be careful not to let User fall down.

🇻 Điều dưỡng viên vừa hướng dẫn vừa cho người bệnh ngồi xuống thật từ từ không để ngồi phịch mông xuống quá nhanh.

5 用<ruby>用<rt>よう</rt></ruby>を <ruby>済<rt>す</rt></ruby>ます

Excretion
Đi vệ sinh

<ruby>安全<rt>あんぜん</rt></ruby>を <ruby>確認<rt>かくにん</rt></ruby>して、<ruby>危険<rt>きけん</rt></ruby>が なければ <ruby>利用者<rt>りようしゃ</rt></ruby>が <ruby>用<rt>よう</rt></ruby>を <ruby>済<rt>す</rt></ruby>ます <ruby>間<rt>あいだ</rt></ruby>は <ruby>個室<rt>こしつ</rt></ruby>の <ruby>外<rt>そと</rt></ruby>に <ruby>出<rt>で</rt></ruby>ます。

🇪 Make sure it is safe inside the toilet room and leave User during his/her excretion.

🇻 Kiểm tra an toàn, nếu không có gì nguy hiểm thì điều dưỡng viên ra khỏi nhà vệ sinh trong khi người bệnh đi vệ sinh.

<ruby>座位<rt>ざい</rt></ruby>が <ruby>保<rt>たも</rt></ruby>てない <ruby>場合<rt>ばあい</rt></ruby>は、<ruby>利用者<rt>りようしゃ</rt></ruby>の <ruby>同意<rt>どうい</rt></ruby>を <ruby>得<rt>え</rt></ruby>て <ruby>介助者<rt>かいじょしゃ</rt></ruby>が <ruby>体<rt>からだ</rt></ruby>を <ruby>支<rt>ささ</rt></ruby>えて <ruby>用<rt>よう</rt></ruby>を <ruby>済<rt>す</rt></ruby>ませて もらいます。

🇪 If User cannot keep standing by himself/herself, Careworker supports User after getting User's approval.

🇻 Nếu không giữ được tư thế ngồi thì điều dưỡng viên sau khi xin phép người bệnh để đỡ người bệnh cho tới khi vệ sinh xong.

<ruby>排泄後<rt>はいせつご</rt></ruby>、<ruby>利用者<rt>りようしゃ</rt></ruby>が できれば <ruby>自分<rt>じぶん</rt></ruby>で お<ruby>尻<rt>しり</rt></ruby>を <ruby>拭<rt>ふ</rt></ruby>いて もらいます。<ruby>無理<rt>むり</rt></ruby>な <ruby>場合<rt>ばあい</rt></ruby>は、<ruby>手<rt>て</rt></ruby>すりなどを <ruby>使<rt>つか</rt></ruby>って <ruby>腰<rt>こし</rt></ruby>を <ruby>浮<rt>う</rt></ruby>かせて もらって、<ruby>介助者<rt>かいじょしゃ</rt></ruby>が <ruby>後<rt>うし</rt></ruby>ろから <ruby>拭<rt>ふ</rt></ruby>きます。<ruby>利用者<rt>りようしゃ</rt></ruby>の <ruby>体<rt>からだ</rt></ruby>に <ruby>負担<rt>ふたん</rt></ruby>が かからない ように <ruby>素早<rt>すばや</rt></ruby>く <ruby>拭<rt>ふ</rt></ruby>きましょう。

🇪 If User can clean him/herself after finishing excretion, let User do it.If cannot, let User hold a handrail to raise User's hips, then Careworker wipes from back side. This activity needs to be done quickly not to put too much stress on User's body.

🇻 Sau khi đi vệ sinh xong hãy để người bệnh tự chùi nếu có thể tự làm. Nếu không làm được thì để người bệnh bám vào tay vịn, hơi nhấc mốc lên để điều dưỡng viên chùi từ phía sau. Chùi thật nhanh để người bệnh không phải ở tư thế nhổm mông quá lâu.

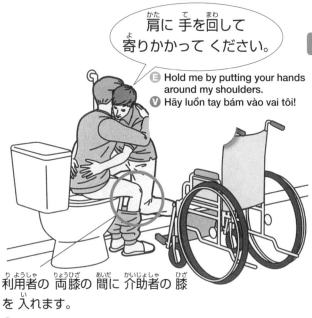

<ruby>肩<rt>かた</rt></ruby>に <ruby>手<rt>て</rt></ruby>を <ruby>回<rt>まわ</rt></ruby>して <ruby>寄<rt>よ</rt></ruby>りかかって ください。

🇪 Hold me by putting your hands around my shoulders.

🇻 Hãy luồn tay bám vào vai tôi!

<ruby>利用者<rt>りようしゃ</rt></ruby>の <ruby>両膝<rt>りょうひざ</rt></ruby>の <ruby>間<rt>あいだ</rt></ruby>に <ruby>介助者<rt>かいじょしゃ</rt></ruby>の <ruby>膝<rt>ひざ</rt></ruby>を <ruby>入<rt>い</rt></ruby>れます。

🇪 Place Careworker's knee between User's legs.

🇻 Điều dưỡng viên luồn khủy tay vào giữa hai khủy tay của người bệnh.

6 <ruby>肩<rt>かた</rt></ruby>に <ruby>手<rt>て</rt></ruby>を <ruby>回<rt>まわ</rt></ruby>して もらう

Ask User to put his/her hand around Careworker's shoulder
Để người bệnh bám vào vai.

<ruby>利用者<rt>りようしゃ</rt></ruby>に <ruby>前<rt>まえ</rt></ruby>かがみに なって もらって、<ruby>介助者<rt>かいじょしゃ</rt></ruby>は <ruby>利用者<rt>りようしゃ</rt></ruby>の <ruby>両膝<rt>りょうひざ</rt></ruby>の <ruby>間<rt>あいだ</rt></ruby>に <ruby>自分<rt>じぶん</rt></ruby>の <ruby>膝<rt>ひざ</rt></ruby>を <ruby>入<rt>い</rt></ruby>れます。

🇪 Make User bend forward. Careworker places his/her knee between User's legs.

🇻 Để người bệnh hơi cúi ra trước, điều dưỡng viên luồn tay mình vào giữa hai tay khủy tay của người bệnh.

<ruby>肩<rt>かた</rt></ruby>に <ruby>手<rt>て</rt></ruby>を <ruby>回<rt>まわ</rt></ruby>して もらって、<ruby>介助者<rt>かいじょしゃ</rt></ruby>に <ruby>寄<rt>よ</rt></ruby>りかかって もらいます。

🇪 Then let User put his/her hands on Caregiver's shoulder to lean on Careworker.

🇻 Để người bệnh bám vào vai và dựa vào điều dưỡng viên.

7 立^たち上^あがる

Stand up

Đứng lên

介助者^{かいじょしゃ}は 腰^{こし}に 手^てを回^{まわ}して 体^{からだ}を 支^{ささ}えます。利用者^{りようしゃ}の
体^{からだ}が 介助者^{かいじょしゃ}から 離^{はな}れない ように 立^たち上^あがります。

🇪 Careworker tightly places his/her arms around User's hip, to support and stand closely together.

🇻 Điều dưỡng vòng tay qua hông để đỡ lấy cơ thể.
Để người bệnh đứng lên không tách khỏi người của điều dưỡng viên.

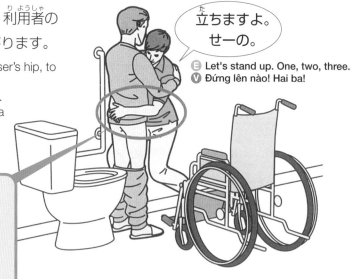

立^たちますよ。
せーの。

🇪 Let's stand up. One, two, three.
🇻 Đứng lên nào! Hai ba!

> **ここがポイント!**
>
> 腰^{こし}に 手^てを 回^{まわ}して 体^{からだ}を ぴったり つけると、
> あまり 力^{ちから}を 使^{つか}わないで 立^たち上^あがらせること
> が できます。
>
> 🇪 It takes less effort when put Careworker's arms around User's hips and hold your hands together behind his/her back.
> 🇻 Tay để vào hông giữ sát người lại gần sẽ có thể đứng lên mà không cần dùng nhiều sức.

8 ズボンを 上^あげる

Pull up pants

Kéo quần lên

介助者^{かいじょしゃ}に つかまって もらいながら、
下着^{したぎ}と ズボンを 上^あげます。

🇪 Put underwear and pants back on while letting User hold on to the Careworker's back.

🇻 Để người bệnh vừa vịn vào mình vừa kéo quần và quần lót lên.

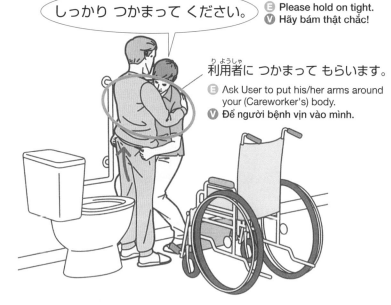

しっかり つかまって ください。

🇪 Please hold on tight.
🇻 Hãy bám thật chắc!

利用者^{りようしゃ}に つかまって もらいます。

🇪 Ask User to put his/her arms around your (Careworker's) body.
🇻 Để người bệnh vịn vào mình.

9 車いすに座る
Sit on a wheelchair
Ngồi vào xe lăn

介助者の 肩に 手を 回して もらいます。利用者の 背中を 支えながら、車いすの 方向に 体の 向きを 合わせて、ゆっくり下ろします。

🇪 Let User put both his/her arms around the Careworker's shoulders. Then support User's back, turn toward a wheelchair and slowly place him/her down.

🇻 Để người bệnh vòng tay bám vào vai. Vừa đỡ lưng vừa xoay người vừa với hướng xe lăn rồi từ từ ngồi xuống.

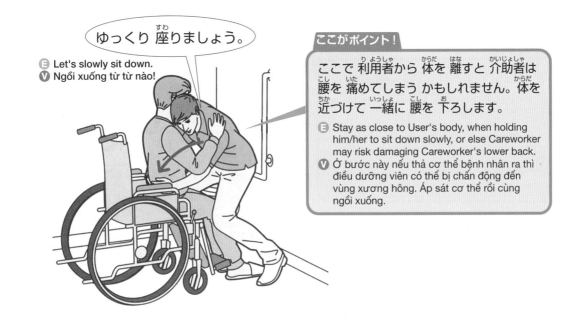

> ゆっくり 座りましょう。
>
> 🇪 Let's slowly sit down.
> 🇻 Ngồi xuống từ từ nào!

ここがポイント！

ここで 利用者から 体を 離すと 介助者は 腰を 痛めてしまう かもしれません。体を 近づけて 一緒に 腰を 下ろします。

🇪 Stay as close to User's body, when holding him/her to sit down slowly, or else Careworker may risk damaging Careworker's lower back.

🇻 Ở bước này nếu thả cơ thể bệnh nhân ra thì điều dưỡng viên có thể bị chấn động đến vùng xương hông. Áp sát cơ thể rồi cùng ngồi xuống.

3 ポータブルトイレでの 排泄介助
Assisting with Portable Toilet Excretion / Hỗ trợ đi vệ sinh bằng toilet di động

 21

ベッドから ポータブルトイレまでの 移動を 介助します。
声かけを して、安心して 便座に 腰を 下ろせるように しましょう。

🇪 Assist User to transfer from bed to portable toilet.

Talk to User to make him/her feel comfortable to sit on a portable toilet.

🇻 Hỗ trợ di chuyển từ giường đến toilet di động.

Vừa hướng dẫn vừa cho người bệnh yên tâm ngồi xuống bồn cầu.

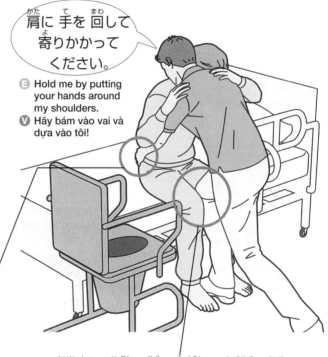

1 肩に 手を 回して もらう
Put User's hands around Careworker's shoulder
Để người bệnh bám tay vào vai

声かけを して、利用者に 肩に 手を 回して
寄りかかって もらいます。利用者の 両膝の
間に 自分の 膝を 入れて、ズボンの 後ろを
握ります。

🇪 Speak to the user and put your hands around their shoulders so that they lean against you. Careworker places his/her knee between User's legs and grabs the backside of User's pants.

🇻 Lên tiếng rồi để người bệnh vòng tay lên vai dựa vào mình. Luồn khủy tay mình vào giữa hai khủy tay của người bệnh rồi tay nắm lấy lưng quần.

肩に 手を 回して
寄りかかって
ください。

🇪 Hold me by putting your hands around my shoulders.

🇻 Hãy bám vào vai và dựa vào tôi!

ズボンの 後ろを つかみます。

🇪 Grab backside of User's pants.
🇻 Tôi nắm lấy lưng quần đây!

介助者は 自分の 膝を 利用者の 両膝の 間に
入れると、立ち上がりやすくなります。

🇪 Standing up is eased by placing Careworker's knee between User's legs.
🇻 Điều dưỡng viên luồn khủy tay vào giữa hai khủy tay của người bệnh sẽ dễ đứng lên.

第6章 排泄介助 Excretion Assistance / Hỗ trợ đi vệ sinh

103

2 立ち上がって 向きを 変える
Stand and change direction
Đứng lên rồi xoay người

そのまま ゆっくり 立ち上がらせながら、
少しずつ 体の 向きを 変えて、お尻を
便座の 方に 向けます。

🇪 Let User hold Careworker's body and stand slowly, then assist User to change his/her body's direction toward a portable toilet by shifting weight.

🇻 Vừa cứ thế đứng lên vừa xoay người từng chút một, mông hướng vào bồn cầu.

お尻を 便座の 方に 向けて
いきます。

🇪 Support User's buttocks toward a portable toilet.

🇻 Hướng mông vào bồn cầu.

立ちましょう。
体の 向きを 変えますよ。

🇪 Let's stand up. I'll be shifting your position.

🇻 Đứng lên nào!
Xoay người nhé!

背中を 支えて 体を
安定させます。

🇪 Support User's back to keep him/her stable in a standing position.

🇻 Đỡ lưng và giữa vững cơ thể.

ズボンを 下ろしますね。

🇪 I'll be pulling down your pants, okay?

🇻 Tôi kéo quần xuống ạ!

3 ズボンを 下ろす
Take off pants
Kéo quần xuống

介助者は 利用者の 背中を 支えて 立ち位置を
安定させて、もう 片方の 手で ズボンと 下着
を 下ろします。

🇪 Careworker holds User's back by one hand to fix his/her standing position, and takes off User's pants by the other hand.

🇻 Điều dưỡng viên đỡ lưng người bệnh, ổn định vị trí đứng, một tay kéo quần và quần lót xuống.

4 便座に 膝の 裏を つける
Put the back of the knee closely to the toilet bowl
Áp sau gối vào bồn cầu

太ももまで ズボンを 下ろしたら、介助者に つかまって もらって、
利用者の 膝の 裏辺りを 便座の 縁に 触れる ように します。

🇪 Take User's pants down to his/her thighs, and let User hold onto Careworker, and place User's back knee closely to the edge of the toilet bowl.

🇻 Kéo quần xuống đến đùi thì để người bệnh bám vào mình, phần sau đầu gối chạm vào viền của bồn cầu.

利用者に つかまって
もらいます。

🇪 Ask User to put his/her arms around your (Careworker) body.
🇻 Để người bệnh bám vào mình.

ここがポイント！

足が 便座に 触れると、座る 位置が イメージ
できるので、利用者は 安心します。

🇪 When User touches the toilet bowl, he/she feels safe to sit on.
🇻 Khi chân chạm vào bồn cầu là người bệnh đã hình dung được vị trí ngồi nên cảm giác sẽ yên tâm hơn.

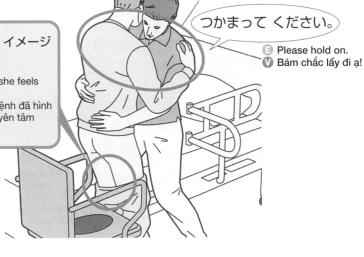

つかまって ください。

🇪 Please hold on.
🇻 Bám chắc lấy đi ạ!

5 腰を 下ろす
Sit on the toilet bowl
Ngồi xuống

体を 支えて、ゆっくりと 便座に 下ろします。

🇪 Careworker supports User's body to help to slowly sit on a toilet bowl.
🇻 Vừa đỡ lấy cơ thể vừa để người bệnh ngồi xuống từ từ.

体に 負担が かからない よう 体を しっかり 付けて、
ゆっくりと 下ろします。

🇪 It takes less effort to assist User to sit down slowly, when Careworker position your body closer to User as possible.
🇻 Ôm thật chắc và ngồi xuống từ từ để cơ thể không bị quá sức.

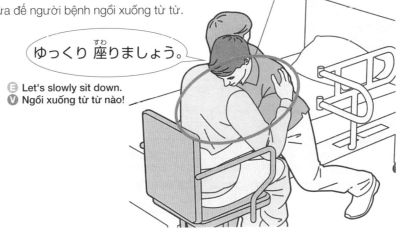

ゆっくり 座りましょう。

🇪 Let's slowly sit down.
🇻 Ngồi xuống từ từ nào!

6 ズボンを下ろす

Take off pants

Kéo quần xuống

便座に 座って 体が 安定したら、ズボンと 下着を 下ろします。利用者が 用を 済ませたら、
できれば 自分で お尻を 拭いて もらいます。

🇪 Careworker helps User to sit on the toilet bowl and makes sure that User's body gets stabilized, then takes down clothing. After excretion, let User wipe his/her bottom if he/she can do it on his/her own.

🇻 Ngồi xuống bồn cầu, thấy cơ thể đã ngồi chắc chắn mới kéo quần và quần lót xuống.
Người bệnh vệ sinh xong thì cố gắng để người bệnh tự chùi.

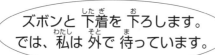

ズボンと 下着を 下ろします。
では、私は 外で 待っています。

🇪 I'm going to pull down your pants and underwear.
Okay, I'll be waiting outside.

🇻 Tôi kéo quần và quần lót xuống.
Tôi đợi ở ngoài nhé!

ここがポイント！

体が 安定したのを 確認してから
ズボンを 下ろします。

🇪 After confirming User's stable condition, pull his/her pants down.

🇻 Kiểm tra xem cơ thể đã ngồi vững chưa mới kéo quần xuống.

■ ポータブルトイレ 使用時の 配慮
Considerations when using a portable toilet / Chú ý khi sử dụng bồn cầu di động

■ プライバシーに 配慮する Concern for privacy / Chú ý đến riêng tư

排泄する ときは、誰でも 音や においが 気になる ものです。落ち着いて 用を 済ませられるよう、
安全を 確認したら、介助者は 個室の 外で 待ちます。
換気にも 注意し、消臭剤や 消音器などを 用意すると 良いでしょう。

🇪 Everybody has concerns for sounds or odor on excretion.To make User relieve oneself comfortably, Careworker waits outside the toilet room after checking safety inside, and may care about ventilation and use air freshener or noise reduction.

🇻 Khi đi vệ sinh ai cũng để ý tới âm thanh và mùi. Kiểm tra an toàn và đợi ở bên ngoài để người bệnh được thoải mái đi vệ sinh.
Chú ý lưu thông không khí, chuẩn bị khử mùi và máy tạo âm thanh.

4 おむつの 交換
Changing a Diaper / Thay bỉm

22

テープ止めおむつを つける ときは、そ径部 * に ギャザー **
を 沿わせて、体との 間に 隙間を 作らない ことが ポイントです。

🇪 When using a tape type, place the leg opening part of a diaper to User's
groins. No spaces are made between the diaper and the body.

🇻 Khi dùng bỉm có miếng dán, phần chun phải khít với phần bẹn để không
tạo ra khe hở.

* そ径部…下腹部から 足の 付け根の 部分
groin: The area of the body from the pelvis to the leg sockets
Phần bẹn: là phần từ bụng dưới tới khớp đùi

** ギャザー…布を 縫い寄せて 作る ひだの こと
gather: A pleat created by sewing cloth together
Rãnh/ Diềm bỉm: là phần được may dồn lại nhau.

準備するもの / Preparation / Cần chuẩn bị

- おむつ Diaper / Bỉm
- 尿取りパッド
  incontinence pad
  Miếng thấm nước tiểu
- 清拭タオル
  Steamed towel / Khăn lau
- トイレットペーパー
  Toilet papers / Giấy vệ sinh
- ポリ袋 Plastic bags / Túi nilon

第6章 排泄介助 Excretion Assistance Hỗ trợ đi vệ sinh

1 声かけを して、おむつを 外す
Careworker says a word, such as the reason to do so, and takes off the diaper
Lên tiếng rồi tháo bỉm

ズボンを 膝まで 下げます。つけていた おむつの
テープを 外して、おむつを 広げます。おむつの 前
当て *** 部分を、汚れた ところを 内側に して 折り
畳んで、両あしの 間に 入れます。

🇪 Take down User's pants and unsnap the diaper attached to
User, and open it up. Hold the front part of the diaper, which
is the dirty part, inside and place between User's legs.

🇻 Kéo quần đến đầu gối. Tháo băng dán bỉm, mở rộng bỉm.
Gập phần trước của bỉm, phần bị bẩn vào bên trong rồi cho
vào giữa hai chân.

*** 前当て…股間の 前の 部分に 当てる もの・部分
front of groin section: An object or section placed against the front of the groin
Áp vào trước: là việc áp vào phần trước bẹn

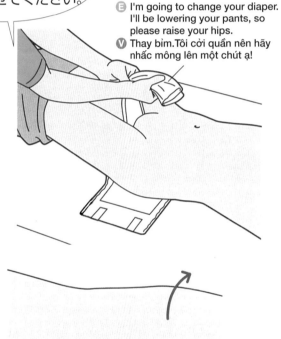

おむつを 交換します。
ズボンを 下げるので、
腰を 浮かせてください。

🇪 I'm going to change your diaper.
I'll be lowering your pants, so
please raise your hips.

🇻 Thay bỉm.Tôi cởi quần nên hãy
nhấc mông lên một chút ạ!

2 おむつを 腰の 下に 入れる
Place the used diaper underneath User's hip
Đặt bỉm xuống dưới mông

利用者に 体を 軽く 傾けて もらいます。
おむつの 端を 折り畳んで 腰の 下に 入れます。

🇪 Bend User's body a little bit to fold up the edge of the
diaper, and place it underneath User's hip.

🇻 Để người bệnh nằm hơi nghiêng. Gập hai bên bỉm lại
rồi đặt xuống dưới mông.

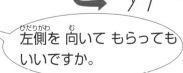

左側を 向いて もらっても
いいですか。

🇪 Could you face to
the left for me?

🇻 Quay sang bên trái
được không ạ?

3 陰部、お尻を きれいに する

Clean up the genital area and hip

Làm sạch phần phụ, hậu môn.

体の 向きを 変えて、清拭 * タオルで
陰部、肛門、お尻全体の 順で 拭きます。

🇪 Turn User's body over. Wipe User's body in
the following order, the genital area, anus,
and the whole diaper area of User's body.

🇻 Xoay người, dùng khăn sạch lau theo thứ
tự vùng kín, hậu môn, mông.

* 清拭…病人などの 体を タオルなどで きれいに
拭くこと

sponge bath: Using a towel or other tool to wipe a (sick)
person's body clean

Lau sạch: lau sạch cơ thể của người bệnh bằng khăn ấm.

蒸しタオル

🇪 steamed towel
🇻 khăn ấm

右側を 向きましょう。
お尻を 拭きますね。
かゆい ところは
ありませんか。

🇪 Now let's face right.
I'm going to wipe your bottom.
Does it itch anywhere?

🇻 Quay sang phải ạ!
Tôi lau mông nhé!
Có chỗ nào ngứa không ạ?

ここがポイント！

お尻の 上の 方に パッドの
端を 合わせます。

🇪 Put the edge of the pad
against the top side of the
user's bottom.

🇻 Đặt đầu của miếng lót phía
trên mông.

4 新しい おむつ、尿取りパッド ** を 差し込む

**Inserting a new diaper and incontinence pad
underneath User's body**

Thay bỉm mới, miếng lót thấm nước tiểu

古い おむつを 抜き取って、新しい おむつ、
尿取りパッドを 腰の 下に 差し込みます。

🇪 Pull out the used diaper, and insert a new diaper and inconti-
nence pad underneath User's hip.

🇻 Lấy bỉm cũ ra, cho bỉm mới hay miếng thấm nước tiểu xuống
dưới mông

** 尿取りパッド…おむつの 中に 入れて 尿を 吸収する パッド

incontinence pad:A pad placed inside a diaper that absorbs urine

Miếng lót thấm nước tiểu: Miếng lót thấm nước tiểu cho vào trong bỉm

新しい おむつ

🇪 New diaper
🇻 bỉm mới

尿取りパッド

🇪 Incontinence pad
🇻 Miếng lót thấm nước tiểu

5 新しい おむつを 広げる

Open a new diaper

Mở rộng bỉm mới

体を 反対側の 側臥位に して、新しい おむつの 端を
腰の 下から 引っ張り出します。おむつを 広げて、
体が おむつの 中心に あるか 確認します。

🇪 Have User's body lie down on its side, and pull an edge of
the new diaper from underneath of his/her hip. Open it evenly,
and check that User's body is in the center of the diaper.

🇻 Để cơ thể nằm nghiêng sang hướng bên kia, kéo hai bên
bỉm ra khỏi hông.
Mở rộng bỉm, kiểm tra xem mông đã ở chính giữa bỉm
chưa.

もう一度、左側を
向いてください。

🇪 Please face to the left one more time.
🇻 Quay trang bên trái một lần nữa đi ạ!

6 尿取りパッドを当てる

Place an incontinence pad to User's body

Đặt miếng thấm nước tiểu

体を仰臥位に戻します。尿取りパッドを陰部に当てて、ギャザーを立たせます。ギャザーをそ径部に合わせたら、左右に引っ張って広げます。

🇬🇧 Help User to face up, place incontinence pad to the genital area, and make gathering tape up, then along the hips part, stretch it by pulling out from both right and left sides.

🇻🇳 Để cơ thể quay về nằm ngửa. Đặt miếng thấm nước tiểu vào vùng kín, kéo phần mép chun lên Phần mép khít với phần bẹn thì kéo rộng sang hai bên.

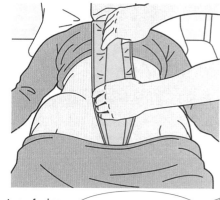

🇬🇧 Let's get you facing upwards again.
🇻🇳 Quay người lại được rồi ạ!

体を戻しましょう。

7 おむつのテープを止める

Tape the diaper

Dán miếng dán lại

おむつの前当てを当てて、左右からおむつを閉じてテープを止めます。テープは下のテープから止めていきます。上のテープから止めると、おむつと体の間に隙間ができやすいため、尿が漏れる原因になります。

🇬🇧 Place the front part of the diaper, and pull each tape tab from both sides to firmly tape from a bottom* and put on a diaper.
  * Note: Taping from an up is likely to create a gap between legs, which causes urine leaking.

🇻🇳 Áp phần trước của bỉm vào cơ thể, dán miếng dán hai bên trái phải. Dán từ dưới lên. Nếu dán từ trên xuống thì dễ tạo ra khe hở là nguyên nhân nước tiểu thấm ra ngoài.

ここがポイント！

テープは必ず下から止めます。

🇬🇧 Always fasten the bottom tapes first.
🇻🇳 Miếng dán phải dán từ dưới lên.

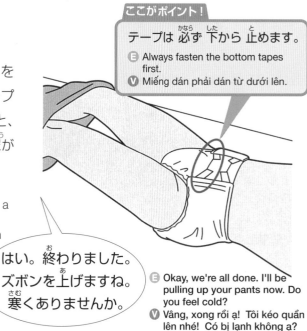

はい。終わりました。ズボンを上げますね。寒くありませんか。

🇬🇧 Okay, we're all done. I'll be pulling up your pants now. Do you feel cold?
🇻🇳 Vâng, xong rồi ạ! Tôi kéo quần lên nhé! Có bị lạnh không ạ?

紙おむつの片付け方 Handling the used diaper (for any types of diapers) / Cách dọn bỉm

❶ 排便後、おむつについた大便を取って、大便だけトイレに流します。

🇬🇧 After excretion, take off the stool from a diaper and throw it in the toilet.
🇻🇳 Sau khi vệ sinh, bỏ phân vào bồn cầu.

❷ 汚れた面を内側にして、小さく丸めます。

🇬🇧 Fold it small with the dirty side inside.
🇻🇳 Phần bỉm đã bẩn cho vào bên trong rồi cuộn tròn lại.

❸ 臭いが漏れないように、ポリ袋などに入れて口をしっかり閉じて、捨てます。

🇬🇧 For reducing smelliness, put the used diaper into a plastic bag, then close it tightly to dispose.
🇻🇳 Cho vào túi nilon buộc chặt lại rồi mang vứt để tránh có mùi.

ことばの 整理

1 排泄ケアの ポイント

一般的な ことば　General Terms　Từ vựng thông thường

□ 整備
- **E** maintenance
- **V** chuẩn bị

□ 換気
- **E** ventilation
- **V** lưu thông không khí

□ 同意
- **E** consent
- **V** đồng ý

□ 選択(する)
- 選ぶ こと。

□ 得る
- **E** gain
- **V** có được, lấy được

□ 上げ下げ
- 上げたり 下げたり する こと。

□ 臭い
- **E** smell
- **V** mùi hôi

□ 不潔(な)
- **E** unclean
- **V** mất vệ sinh

□ こもる
- **E** filled with; stuffy with
- **V** tích tụ

専門的な ことば・介護現場で よく 使う ことば　Specialized Terms / Frequently Used Terms in Caregiving Situations　Từ chuyên môn, từ thường dùng trong công việc điều dưỡng

□ プライバシー
- **E** privacy
- **V** riêng tư

□ 手洗い
- **E** hand-washing
- **V** rửa tay

□ ポータブルトイレ
- **E** portable toilet
- **V** toilet di động

□ 手指
- 手や 指。

□ 便器
- **E** toilet bowl
- **V** bồn cầu

□ 消毒
- **E** (to) disinfect
- **V** sát khuẩn

2 トイレでの 排泄介助 (車いすで 移動する 人)

一般的な ことば　General Terms　Từ vựng thông thường

□ 用
- 小便や 大便を する ことの 遠回しな 言い方。

□ ぴったり
- **E** exactly
- **V** vừa vặn

□ 直角
- **E** right angle
- **V** góc vuông

□ 痛める
- **E** injure
- **V** bị đau

□ 素早く
- **E** swiftly
- **V** nhanh, thoăn thoắt

専門的な ことば・介護現場で よく 使う ことば　Specialized Terms / Frequently Used Terms in Caregiving Situations　Từ chuyên môn, từ thường dùng trong công việc điều dưỡng

□ 寄りかかる
- **E** lean against
- **V** dựa vào

□ 便座
- **E** toilet seat
- **V** bệ ngồi (của toilet)

□ 補助輪
- **E** stabilizer
- **V** bánh xe phụ

□ 個室
- トイレで、一人用に なっている 小さい 部屋。

3 ポータブルトイレでの 排泄介助

一般的な ことば　General Terms／Từ vựng thông thường

☐ 縁
- E lip
- V viền, khung

☐ イメージ（する）
- E (to) imagine
- V tưởng tượng, hình dung

専門的な ことば・介護現場で よく 使う ことば　Specialized Terms / Frequently Used Terms in Caregiving Situations／Từ chuyên môn, từ thường dùng trong công việc điều dưỡng

☐ 消臭剤
- E deodorant
- V chất khử mùi

☐ 消音機
- E silencer
- V thiết bị tạo âm thanh (trong nhà vệ sinh)

4 おむつの 交換

一般的な ことば　General Terms／Từ vựng thông thường

☐ 隙間
- E opening
- V khe hở

☐ ポリ袋
- E plastic bag
- V túi nilon

☐ 折り畳む
- E fold up
- V gập gọn lại

☐ 丸める
- E bunch up
- V cuộn tròn lại

専門的な ことば・介護現場で よく 使う ことば　Specialized Terms / Frequently Used Terms in Caregiving Situations／Từ chuyên môn, từ thường dùng trong công việc điều dưỡng

☐ テープ止めおむつ
- E taped diapers
- V bỉm dán

☐ 抜き取る
- E extract
- V rút ra

☐ そ径部
- E groin
- V phần bẹn

☐ 差し込む
- E insert
- V cắm vào

☐ ギャザー
- E gather
- V rãnh/ diềm bỉm

☐ 引っ張り出す
- E pull out
- V kéo ra

☐ 前当て
- E front of groin
- V áp vào trước

☐ 紙おむつ
- E disposable diaper
- V bỉm giấy

☐ 清拭
- E sponge bath
- V lau sạch

☐ 排便
- E defecation
- V đi đại tiện

☐ 肛門
- E anus
- V hậu môn

☐ 大便
- E feces
- V đại tiện

☐ 尿取りパッド
- E incontinence pad
- V miếng lót thấm nước tiểu

☐ 漏れる
- E leak
- V bị rò ra ngoài

1 トイレでの 排泄介助に ついて、正しい ものに ○を、間違っている ものには ×を 書いて ください。

❶（　　）排泄の 介助を する ときは、利用者が できるだけ 恥ずかしく ならないように、
　　　　声かけを します。

❷（　　）排泄は とても 大切な ことなので、必ず 決まった 時間に、利用者を トイレに 連れて
　　　　行きます。

❸（　　）利用者の 服が 汚れない ように、ズボンと パンツを 全部 脱がせます。

❹（　　）車いすから 便座へ 移乗する 場合は、できるかぎり 急いで 移して あげます。

❺（　　）排泄時は、安全を 確認したら、介助者は 個室の 外で 待ちます。

❻（　　）ポータブルトイレを 使う ときは、利用者が 恥ずかしく ならないように、換気に 注意
　　　　します。

2 おむつ 交換の 説明文です。（　　　）に 適切な ことばを 書いて ください。

❶ おむつの テープを 外したら、おむつの 前の 部分を、（　　　　）面を 内側に して
　折り畳みます。

❷ おむつを 外したら、（　　　）で 陰部、肛門、お尻を 拭きます。

❸ 新しい おむつを 広げる ときは、体の （　　　）に おむつが あるか 確認します。

❹ 新しい 尿取りパッドを つける ときは、（　　　）を そ径部に しっかり フィットさせます。

❺ おむつの テープを 止める ときは、（　　　）の テープから 止めて いきます。

How to Download Voice Data

STEP 1 Visit the website for this product! This can be done in three ways.
- Scan this QR code to visit the page.
- Visit https://www.jresearch.co.jp/book/b583122.html.
- Visit J Research's website (https://www.jresearch.co.jp/), enter the title of the book in " キーワード "(Keyword), and search for it.

STEP 2 Click the " 音声ダウンロード "(Voice Data Download) button the page!

STEP 3 Enter the username "1001" and the password "25205"!

STEP 4 Use the voice data in two ways!
Listen in the way that best matches your learning style!
- Download voice files using the " 音声ファイル一括ダウンロード "(Download All Voice Files) link, then listen to them.
- Press the ▶ button to listen to the voice data on the spot.

※ Downloaded voice files can be listened to on computers, smartphones, and so on. The download of all voice files is compressed in .zip format. Please extract the files from this archive before using them. If you are unable to extract the files properly, they can also be played directly.

For inquiries regarding voice file downloads, please contact: toiawase@jresearch.co.jp
(Business hours: 9 AM – 6 PM on weekdays)

HƯỚNG DẪN TẢI FILE ÂM THANH

STEP 1 Có 3 bước để tải như sau!
- Đọc mã QR để kết nối.

- Kết nối tại địa chỉ mạng https://www.jresearch.co.jp/book/b583122.html.
- Vào trang chủ của NXB J-Research rồi tìm kiếm bằng tên sách tại mục キーワード .

STEP 2 Nhấp chuột vào nút 「音声ダウンロード」 có trong trang!

STEP 3 Nhập tên "1001", mật khẩu "25205" !

STEP 4 Có 2 cách sử dụng thư mục âm thanh.
Hãy nghe theo cách phù hợp với phương pháp học của mình!
- Tải file để nghe từ mục 「音声ファイル一括ダウンロード」
- Ấn nút ▶ để nghe luôn tại chỗ.

※ File âm thanh đã tải về có thể nghe trên máy tính, điện thoại thông minh. Nếu tải đồng loạt thì file được nén dưới dạng file .zip. Hãy giải nén file trước khi sử dụng. Nếu không giải nén được file cũng vẫn có thể nghe trực tiếp.

Mọi thắc mắc về việc tải file âm thanh hãy liên hệ tới địa chỉ: toiawase@jresearch.co.jp
(từ 9:00 ~ 18:00 ngày làm việc trong tuần)

じょしょう かいご まえ
序章　介護の 前に

■ かいご 介護に ついて

こた
答え ･･････････････････････････････････

❶ ×　　❷ ○　　❸ ×　　❹ ×

かいせつ
解説 ･･･････････････････････････････････

❶ かいご 介護とは、ケアサービスの きほんげんそく 基本原則を たいせつ 大切に しながら、せいかつぜんぱん 生活全般を しえん 支援する ことです。

🇪 Caregiving is the act of supporting all facets of life while respecting the basic principles of care service.
🇻 Điều dưỡng nghĩa là vừa tôn trọng nguyên tắc cơ bản của dịch vụ chăm sóc vừa hỗ trợ toàn bộ sinh hoạt của người bệnh.

❷ かいご 介護では、りょうしゃ 利用者の きも 気持ちを ひ だ 引き出して、そん ちょう 尊重する ことが たいせつ 大切です。

🇪 It is important in caregiving to draw out the user's feelings and to respect them.
🇻 Trong điều dưỡng, khơi gợi và tôn trọng ý muốn của người bệnh là điều rất quan trọng.

❸ かいじょしゃ 介助者は、りょうしゃ 利用者の できる こと、できない こ とを し 知って、できない ことを かいじょ 介助する こと が ひつよう 必要です。

🇪 It is necessary for caregivers to know what a user can and cannot do, and to aid them with what they cannot do.
🇻 Điều dưỡng viên cần biết người bệnh làm được gì và không làm được gì và cần phải hỗ trợ việc không làm được.

❹ できるだけ、その ひと 人らしい せいかつかんきょう 生活環境や せいかつ 生活リ ズムで せいかつ 生活できる ように しえん 支援する ことが たい せつ 大 切です。

🇪 It is important to provide support in a way that allows a person to have a living environment and lifestyle rhythm that suits them.
🇻 Quan trọng là cố gắng hỗ trợ để người bệnh có thể sinh hoạt trong môi trường và nhịp sinh hoạt đúng của mình.

だい しょう お た すわ どうさ
第1章　「起きる」「立つ」「座る」動作

1 お た すわ どうさ 「起きる」「立つ」「座る」動作に ついて

こた
答え ･･････････････････････････････････

おな じょくそう たい い へんかん
同じ　褥瘡　　２　１　　体位変換

かいせつ
解説 ･･･････････････････････････････････

おな しせい ね けつりゅう わる じょくそう
同じ 姿勢で 寝ていると 血流が 悪くなって、褥瘡 あっぱく よぼう が できやすく なります。圧迫を 予防する ために たい い へんかん たいせつ 体位変換は とても 大切です。

🇪 Circulation will worsen if someone sleeps in the same position, making it easier for bedsores to develop. It is very important to change positions in order to prevent pressure.
🇻 Nếu nằm mãi ở một tư thế sẽ dễ dẫn tới hoại tử. Thay đổi tư thế rất quan trọng để phòng cơ thể bị chèn ép.

2 お あ 起き上がりに ついて

こた
答え ･･････････････････････････････････

f → b → a → g → e → c → d

かいせつ
解説 ･･･････････････････････････････････

りょうしゃ お あ だいたい なが
利用者が 起き上がる ときの 大体の 流れは つぎ の ように なります。

🇪 The following is the general flow that is followed when helping a user rise.
🇻 Các bước cơ bản để người bệnh ngồi dậy như sau.

ひざ た いち
膝を 立てて、おしりの 位置を ずらします。

🇪 Raise the user's knees and shift the position of their bottom.
🇻 Dựng đầu gối người bệnh lên, xê dịch vị trí mông.

↓

くび した て とお かた ささ
首の 下に 手を 通して 肩を しっかりと 支えます。

🇪 Pass your hand under the user's neck and firmly support their shoulders.
🇻 Luồn tay xuống dưới cổ người bệnh, đỡ thật chắc phần vai.

↓

膝の 下辺りを 持って、側臥位に します。

(E) Hold the area around the bottom of the knees and have the user lay sideways.
(V) Nâng phần dưới đầu gối để người bệnh nằm nghiêng

↓

上半身を 起こして、膝を ベッドの 下に 下ろします。

(E) Raise the user's upper body and lower their knees to the bottom of the bed.
(V) Dựng thân trên lên, để đầu gối xuống dưới giường.

※介助者の 腰への 負担を 少なく する ために、ギャッジ ベッドを 使っても いいです。

(E) In order to lessen the burden on the caregiver's hips, a gatch bed may also be used.
(V) Có thể sử dụng giường tự động để giảm bớt gánh nặng cho lưng người hỗ trợ.

3 立ち上がりに ついて

答え ••••••••••••••••••••••••••••••

❶ 目線   ❷ 外側   ❸ 肩幅
❹ 床と 平行に 引きます   ❺ 自然

解説 ••••••••••••••••••••••••••••••

❶ 目線を 合わせて、声を かけます。

(E) Look the user in the eyes and greet them.
(V) Vừa nhìn vào mắt vừa cất lời gọi.

❷ 利用者から 腕を つかんで もらいましょう。
外側を しっかりと 支える ことで 安定します。

(E) Have the user hold onto your arms. Firmly supporting the outer side will provide stability.
(V) Hãy nắm lấy cánh tay của người bệnh.Đỡ vững từ bên ngoài sẽ giúp cơ thể ổn định.

❸ 肩幅に 足を 広げると 重心が 安定します。

(E) Stabilize the user's center of gravity by putting their feet shoulder-width apart.
(V) Dạng chân bằng vai để ổn định trọng tâm.

❹ 床と 平行に 利用者の ひじを 引きます。上に 引っ張ると 利用者に 負担が かかります。

(E) Pull the user's elbows to be parallel with the floor. Pulling them upward will result in a burden on the user.
(V) Kéo khủy tay người bệnh song song với sàn nhà. Không kéo lên trên dễ làm người bệnh khó cử động.

❺ 床と 平行に ひじを 引いて、自然に 立ち上がれる ように、体を 支えます。

(E) Pull the user's elbows parallel with the floor and support their body so they can stand naturally.
(V) Kéo khủy tay song song với sàn nhà, đỡ cơ thể để có thể đứng lên tự nhiên.

❻ 立ち上がりが 安定した ことを 確認したら、ひじを つかんでいた 手を 緩めます。

(E) Once you can confirm that the user is stably standing, loosen your grip on their elbows.
(V) Kiểm tra xem đã đứng lên ổn định chưa thì nới lỏng tay đang tóm vào khủy tay.

第2章 移動介助

1 車いすでの 介助に ついて

答え ••••••••••••••••••••••••••••••

❶ ブレーキ   ❷ 空気   ❸ 声かけ
❹ アームレスト 足   ❺ 後ろ向き   ❻ 段差
❼ 後ろ   ❽ 左 奥   ❾ ブレーキ

解説 ••••••••••••••••••••••••••••••

❶ 使用前に 安全点検を する ことは、事故を 防ぐ ことに つながります。

(E) Performing a safety check prior to use will help prevent accidents.
(V) Kiểm tra an toàn trước khi sử dụng giúp đề phòng được tai nạn.

❸ 車いすを 介助している ときは、利用者の 様子を 観察して、車いすを 安全に 動かす ことが 大切です。

(E) When providing aid with a wheelchair, it is important to observe the user's state as you operate the wheelchair safely.
(V) Khi hỗ trợ xe lăn cần phải quan sát tình hình của người bệnh để sử dụng xe được an toàn.

2 歩行の 介助に ついて

答え ••••••••••••••••••••••••••••••

❶ ✕   ❷ 〇   ❸ 〇   ❹ 〇

115

❶ 利用者の 歩幅や 歩く ペースに 合わせて、ゆっくりと 介助を 行います。

Ⓔ Provide aid slowly, matching the walking stride and pace of the user.
Ⓥ Hỗ trợ thật chậm theo độ rộng bước chân và nhịp bước của người bệnh.

❷ 利用者に 目的意識を 持って もらう ことが 大切です。

Ⓔ It is important for the user to have a goal in mind.
Ⓥ Phải để người bệnh có ý thức mục đích.

❸ 手は、利用者の 体を 支える ように して 引っ張らない ように します。

Ⓔ Use your hands to support the user's body and be careful to not pull them.
Ⓥ Tay chỉ đỡ cơ thể người bệnh chứ không kéo.

❹ 手足に マヒが ある 場合は、体の バランスを 崩しやすいので、注意が 必要です。

Ⓔ Be careful if a user has paralyzed limbs, as it is easier for them to lose balance.
Ⓥ Cần chú ý khi tay chân bị tê liệt cơ thể rất dễ mất thăng bằng.

だい しょう しょく じ かいじょ
第3章　食事介助

しょく じ かいじょ
■　食事介助に ついて

こた
答え ••••••••••••••••••••••••••••••••••
❶ 左　右　　❷ 横　　❸ 下　　❹ 嚥下

かいせつ
解説 ••••••••••••••••••••••••••••••••••
❶ 基本的な 並べ方です。

Ⓔ This is the basic arrangement.
Ⓥ Cách sắp xếp cơ bản.

❷ 利用者と 介助者が、同じ 目線で 食べ物を 見る ことが できます。

Ⓔ Both user and caregiver can look at food from the same perspective.
Ⓥ Người bệnh và điều dưỡng viên có thể nhìn thức ăn ở cùng tầm mắt.

❸ 少量ずつ 下から 口に 運びます。上から 食べ物が 入ると 誤嚥に つながる 危険が あります。

Ⓔ Bring small amounts from below to the mouth. Food entering the mouth from above carries the risk of aspiration.
Ⓥ Đưa từng chút một từ phía dưới miệng. Nếu đút từ trên xuống sẽ dễ có nguy cơ bị sặc.

❹ 一度に たくさんの 食べ物を 口に 入れると、うまく 飲み込みが できなくて、誤嚥して しまう ことが あります。

Ⓔ Putting too much food into the mouth at once can make it difficult to swallow properly, sometimes leading to aspiration.
Ⓥ Nếu cùng lúc cho nhiều thức ăn vào miệng người bệnh sẽ không thể nuốt kịp và dễ bị nghẹn.

だい しょう せいけつ たも かいじょ
第4章　清潔を 保つ ための 介助

み ととの かいじょ
⬛1 身だしなみを 整える 介助に ついて

こた
答え ••••••••••••••••••••••••••••••••••
❶ ブラシ　　❷ 蒸しタオル
❸ ティッシュペーパー

かいせつ
解説 ••••••••••••••••••••••••••••••••••
身だしなみを 整える ことは 社会的生活を する ための 基本です。

Ⓔ Tidying up one's personal appearance is a basic part of living a social life.
Ⓥ Chỉnh trang vẻ bề ngoài là điều cơ bản cho cuộc sống hòa nhập với xã hội.

き が
⬛2 着替えに ついて

こた
答え ••••••••••••••••••••••••••••••••••
❶ ○　　❷ ×　　❸ ×　　❹ ○

かいせつ
解説 ••••••••••••••••••••••••••••••••••
❶ 着替えを すると、昼と 夜の 区別が ついて、規則正しい 生活に つながります。

Ⓔ Changing clothes creates a division between day and night, leading to a well-regulated life.
Ⓥ Thay đồ sẽ giúp người bệnh phân biệt ngày và đêm để có được cuộc sống điều độ.

❷ 着る ときは マヒの ある 側から、脱ぐ ときは マヒの ない 側からが 基本です。また、できる ところは 自分で やって もらいます。

E The basic rule is to dress someone from their paralyzed side and to undress them from their non-paralyzed side. Also, have the user perform the action wherever they can.
V Khi mặc, cơ bản là từ bên cơ thể bị tê liệt, còn khi cởi thì từ bên không bị tê liệt. Ngoài ra, hãy để người bệnh tự làm những việc vẫn có thể làm được.

※ マヒの ある 側から 無理に 動かすと、けがを する 可能性が ある ため、注意が 必要です。

E Be careful about forceful movement on a paralyzed side, as it can lead to injury.
V Cần chú ý nếu cố tình vận động bên cơ thể bị tê liệt sẽ dễ gay thương tích.

❸ 着替えは、肌の 状態を チェックするのに いい 機会と なります。

E Changing clothes provides a good opportunity to check the state of a user's skin.
V Thay quần áo là cơ hội tốt để kiểm tra tình trạng của da.

❹ しわや たるみの 部分が 肌に 長時間 あたると、褥瘡に つながる おそれが あります。

E A wrinkled or folded section sitting against the skin for a long period of time may lead to bedsores.
V Nếp nhăn quần áo nếu chạm vào da lâu có thể mang đến nguy cơ bị hoại tử.

3 口腔ケアに ついて

答え ••••••••••••••••••••••••••••••••••
❶ 目　引い　❷ 横
❸ スポンジブラシ　手前　❹ 舌
❺ 熱湯　歯磨き粉

解説 ••••••••••••••••••••••••••••••••••
口腔ケアは、口腔内の 汚れを 落とし、口腔内を 清潔に 保つ ために 必要です。また、口腔機能の 向上にも つながるので、毎日 積極的に 行います。
入れ歯に 汚れが ついていると、口臭や 細菌感染 の 原因に なります。歯ブラシなどで しっかり 磨いて、清潔に 保ちます。

E Oral care is required to remove filth from inside the oral cavity and to maintain its hygiene. It will also lead to improved oral performance, so it is actively performed each day.
Filth on false teeth is one cause of bad breath and bacterial infection. Use a toothbrush and other tools to clean them well and maintain hygiene.
V Chăm sóc miệng là cần thiết để làm sạch vết bẩn trong khoang miệng đồng thời giữa vệ sinh khoang miệng. Ngoài ra còn giúp nâng cao chức năng răng miệng nên cần phải chăm sóc hàng ngày.
Nếu răng giả bị dính bẩn sẽ là nguyên nhân gây hội miệngj hay vi khuẩn truyền nhiễm. Hãy đánh răng thật sạch bằng bàn chải để giữ gìn răng miệng sạch sẽ.

4 爪切りに ついて

答え ••••••••••••••••••••••••••••••••••
b

解説 ••••••••••••••••••••••••••••••••••
爪切りの ポイント

爪の トラブルを 放置すると 移動や 歩行が 難しく なるため、適切に ケアを する ことが 必要です。一度に 切らずに、指の 形に 合わせて 少しずつ 分けて 切ります。
爪切りは 下の 刃が 垂直に なる ように 爪に 当てて、深爪や 指に 傷を つけない ように 気を 付けます。

E Ignoring issues with nails can make movement and walking difficult, which is why providing appropriate care is essential. Instead of cutting a nail all at once, cut it separately and gradually in the shape of the nail.
When cutting nails, put the lower blade perpendicular against the nail and be careful to not cut the nail to the quick or to injure the user's finger.
V Nếu không giải quyết những rắc rối của móng chân sẽ gây trở ngại cho việc di chuyển, bước đi vì vậy cần phải chăm sóc thật đúng cách.
Không cắt cùng một lần mà nên chia từng chút một phù hợp với hình dáng của móng.
Khi cắt nên đặt dao dưới của bấm móng tay thẳng để không bị cắt quá sâu làm tổn thương ngón chân ngón tay.

第5章　入浴介助

■ 入浴介助に ついて

答え ••

❶ 体温　　❷ 温度　　❸ お湯　　タオル

❹ 手先　　足先　　❺ 2

❻ 耳（の 部分）　　❼ 手

解説 ••

❶ 平常時の 体温と 比べたり、食欲や 風邪の 症状が ないか 確認したりして、総合的に 体調を 判断します。

> Ⓔ Judge a user's overall condition by comparing their temperature to their normal temperature, confirming that they have an appetite and no signs of a cold, and so on.
> Ⓥ So sánh với nhiệt độ cơ thể lúc bình thường để kiểm tra xem có triệu chứng chán ăn hay cảm không rồi đưa ra nhận xét tổng thể về thể trạng.

❷ 脱衣所と 浴室に 温度差が あると、心臓発作などを 起こす ことが あります。

> Ⓔ A difference in temperature between a changing room and a bathroom may result in a heart attack.
> Ⓥ Nếu phòng thay đồ và phòng tắm chênh lệch nhiệt độ có thể dẫn tới nhồi máu cơ tim.

❸ 肌が 直接 触れる ところが 冷たいと、驚いて 転んで しまったり、心臓に 負担が かかったり する ことが あります。

> Ⓔ A direct cold touch against the skin may lead to the user becoming surprised and falling, or it may create a burden on their heart.
> Ⓥ Phần tiếp xúc trực tiếp với da nếu lạnh sẽ khiến người bệnh giật mình dễ ngã và không tốt cho tim.

❹ 心臓から 遠い ところから、徐々に お湯を かけて いきます。

> Ⓔ Gradually pour hot water on the user, starting with areas far from the heart.
> Ⓥ Dội nước nóng từ từ từ chỗ cách xa tim.

❺ 陰部用と 臀部用に 分けて、別の スポンジ（体を 洗う もの）を 用意します。

> Ⓔ Prepare separate sponges (for washing the body) for the pubic area and the buttocks.
> Ⓥ Chuẩn bị nhiều bông tắm chia thành bông cho chỗ kín, bông cho phần mông (cả bông cho phần thân)

❻ 耳に お湯が 入ると 不快感に つながるので、入らない よう 手で ふさぎます。

> Ⓔ Hot water entering the ear can result in an unpleasant feeling. Use your hands to prevent water from entering the ears.
> Ⓥ Nếu nước vào lỗ tai sẽ gây khó chịu nên cần dùng tay để bịt tai lại tránh nước vào.

❼ ドライヤーの 風が 熱く なりすぎて やけどを しない ように、手を 当てて、温度の 確認を します。

> Ⓔ The wind from a dryer can result in burns if it is too hot. Put your hand against it to confirm its temperature.
> Ⓥ Nên dùng tay để kiểm tra nhiệt độ máy sấy có quá nóng gây bỏng hay không.

第6章　排泄介助

1 排泄介助に ついて

答え ••

❶ ○　❷ ×　❸ ×　❹ ×　❺ ○　❻ ○

解説 ••

❶ 排泄は、最も プライベートな もので ある ため、本人の 意志を 尊重して、利用者が 恥ずかしく ならない ように 注意します。

> Ⓔ As excretion is one's most private act, respect the user's will and be careful to not embarrass them.
> Ⓥ Đi vệ sinh là việc vô cùng riêng tư nên phải chú ý tôn trọng ý muốn của người bệnh để họ không cảm thấy xấu hổ.

❷ 利用者の 便意や 尿意の サインを 見逃さない ように、一人一人の 利用者に 合わせた タイミングで 誘導します。

> Ⓔ Guide each individual user at the timing that is right for them so that you do not overlook signs of needing to defecate or urinate.
> Ⓥ Nhắc nhở đúng lúc với từng người bệnh để không bỏ qua dấu hiệu muốn đại tiện, tiểu tiện của người bệnh.

❸ できるだけ 肌が 見えない ように、プライバシーを 確保します。

> Ⓔ Maintain as much privacy as possible, exposing as little skin as you can.
> Ⓥ Bảo đảm riêng tư để không lộ da thịt nhiều nhất.

❹ 利用者に 声を かけて、背中と 腰を 支えなが
ら、ゆっくりと 便座に 座って もらいます。

🇪 Speak to the user and support their back and hips as you have them slowly sit on the toilet seat.
🇻 Cất lời gọi, vừa đỡ lưng và hông vừa cho người bệnh từ từ ngồi xuống bồn cầu.

❺ プライバシーの 確保の ため、安全が 確認でき
る ときは その場を 離れ、外で 待ちます。
座った 状態を 保てない 場合は、利用者の 同
意を 得て、体を 支えます。

🇪 To maintain privacy, leave and wait outside after you have confirmed the user's safety. If a user cannot maintain a seated state, get their consent, then support their body.
🇻 Để đảm bảo quyền riêng tư, sau khi kiểm tra an toàn nên tránh ra ngoài đợi.
Nếu không giữ được tư thế ngồi thì có thể đỡ người bệnh sau khi được họ đồng ý.

❻ 落ち着いて 用が 済ませられる ように、臭いや
音に 対する 配慮が 必要です。

🇪 It is important to give consideration to sounds and smells so that the user can complete their business while staying calm.
🇻 Chú ý xử lí mùi, âm thanh để người bệnh có thể thoải mái đi vệ sinh.

2 おむつ交換に ついて

答え ••••••••••••••••••••••••••••••••••
❶ 汚れた　　❷ 清拭タオル　　❸中心
❹ギャザー　　❺下

解説 ••••••••••••••••••••••••••••••••••
❷ おしりふきシート（使い捨て）を 使う 場合も
あります。

🇪 In some cases, you may use (disposable) wet sheets.
🇻 Cũng có thể dùng giấy lau mông (loại dùng 1 lần).

❺ きつく 止めすぎない ように 注意して、下か
ら 止めます。

🇪 Be careful to not close it too tightly as you close it from the bottom.
🇻 Dán từ dưới lên, chú ý không dán chặt quá.

「声かけ表現」一覧

List of "Greeting Expressions"
Danh sách "Mẫu câu lời gọi"

第1章 「起きる」「立つ」「座る」動作 🔊 23

1 体位変換

体を こちら側に 倒しますよ。	I will help you lay on your side.	Tôi lật người về phía này nhé!
腕を 組みましょう。	Let's cross your arms.	Khoanh tay lại nào
足も 組みますよ。	Let's cross your legs, too.	Tôi gác chân lên nhé!
こちら側に 向きましょう。	Turn towards me.	Quay sang hướng này nào.
せーの。はい。	One, two, three.	Hai ba nào!
痛みを 感じる ところは ありませんか。	Do you feel any pain?	Anh/Chị có thấy đau chỗ nào không?

2 起き上がり

○○さん、これから 起き上がりますよ。	○○ san (address User by surname), now let's get up.	Anh/Chị ~, giờ anh/chị sẽ ngồi dậy nhé!
膝を 立てましょう。	Let's bend your knees.	Co đầu gối lên nào!
じゃ、少し 動かしますよ。	I'm going to move you a little.	Nào, giờ tôi xê dịch một chút nhé!
腕を 通しますね。	I'm going to put my arm behind your neck.	Tôi luồn cánh tay ạ
体を こちら側に 倒しますよ。	I will help you lay on your side.	Tôi xoay người sang phía bên này nhé!
痛い ところは ありませんか。	Does it hurt anywhere?	Có đau chỗ nào không ạ?

3 立ち上がり

○○さん、立ち上がりましょう。	○○ san (address User by surname), let's stand up.	Anh/Chị ~, cùng đứng lên nhé!
外側から 私の 腕を つかんで ください。	Please hold onto the outer side of my arm.	Hãy bám vào cánh tay tôi từ phía ngoài.
じゃ、立ちましょう。少し 引っ張りますよ。せーの。	Let's stand up. I'm going to be pulling you a little bit. One, two, three.	Nào, đứng lên nào! Tôi hơi kéo tay nhé! Hai ba!
手を 離しても 大丈夫ですか。	Is it okay for me to let go?	Tôi thả tay ra được chưa ạ?

4 移乗 介助

○○さん、車いすに 座りましょうね。	○○ san (address User by surname), shall we sit on the weelchair?	Anh/Chị ~ ngồi vào xe lăn nhé!
腰に 手を 回しますね。失礼します。	I'll be putting my hand around your waist. Excuse me.	Tôi vòng tay qua hông nhé. Tôi xin phép
肩に 手を まわして ください。	Please place your hands around my shoulders.	Hãy đặt tay lên vai tôi.
立ちましょう。せーの。はい。	Let's stand up. One, two, three.	Cùng đứng lên nào. Hai, ba!
体を 回しますね。	I am going to turn you.	Tôi xoay người nhé!
ゆっくり 座って ください。	Please sit down slowly.	Anh/chị ngồi từ từ nhé!

第2章 移動介助　🔊 24

1 車いすの 介助

○○さん、散歩に 行きましょう。	oo-san, let's go for a walk.	Anh/Chị ~, chúng ta đi dạo nhé!
ブレーキを 外すので 少し 揺れますよ。	Prepare yourself for moving the wheelchair when releasing brakes.	Vì đã thả phanh nên xe sẽ hơi di chuyển.
それでは 出発します。	Let's get going.	Nào chúng ta xuất phát nhé.
いすに 深く 座って ください。	Please sit far back in your chair.	Anh/Chị hãy ngồi dựa hẳn vào ghế nhé!
体が 傾きます。大丈夫ですか。	Your body is going to tilt. Is everything okay?	Người hơi nghiêng đi đấy ạ. Có sao không ạ?
段差を 上がります。少し 揺れますよ。	We're going to go up stairs. It'll be a little bumpy.	Chỗ này có bậc! Nên sẽ hơi lắc đấy ạ!
後ろ向きに 下りますね。	We'll be going down in reverse.	Chúng ta sẽ giật lùi để xuống ạ!
少し 揺れます。しっかり 座って ください。	It's going to shake a little bit. Please stay seated.	Hơi lắc đấy ạ. Anh/Chị ngồi chắc vào nhé!
痛い ところは ありませんか。	Does it hurt anywhere?	Có đau chỗ nào không ạ?

2 歩行の 介助

○○さん、△△をしに ××へ 行きましょう！	○○ san (address User by surname), let's go to ×× to do △△！	Anh/Chị cùng đi đến ~ nào.
私の 腕を 上から つかんで ください。	Please hold onto my arm from above.	Hãy tóm lấy cánh tay tôi từ phía trên!
反対の 腕も つかみましょう。	Now let's hold onto my other arm too.	Nắm lấy cả cánh tay bên kia đi ạ!
では、右足から 進みましょう。せーの。	Let's start moving forward with your right leg. One, two, three.	Nào, giờ thì bước từ chân phải nhé! Hai ba nào!
イチ、ニ。イチ、ニ。	One, two. One, two.	Một hai! Một hai!

121

2 着替えの 介助

左腕から 脱ぎますよ。ひじを 曲げましょう。じゃ、脱ぎますね。	I'll be taking this off starting with your left arm. Let's bend your elbow. Okay, here I go.	Tôi cởi từ bên tay trái nhé! Gập cánh tay lại đi ạ! Tôi cởi đây!
最後に 頭から 脱ぎますね。失礼します。	I'm going to finish by taking it off from your head. Excuse me.	Cuối cùng cởi qua khỏi đầu.Tôi xin phép!
では、新しい 服を 着ましょう。頭を 通します。	Let's put you in some new clothes. I'll be putting it over your head.	Chúng ta thay áo mới ạ! Tôi mặc qua đầu nhé!
腕を 通しますね。手を 握りますよ。	I'll be putting your arm through it. I'm going to hold your hand.	Luồn tay vào nhé! Tôi nắm tay nhé!
後ろ 直しますね。	Let me fix the back side.	Tôi chỉnh lại lưng áo ạ!
気に なる ところは ありますか。	Is everything okay?	Có chỗ nào khó chịu không ạ?
着替えましょう。	Let's change your clothes.	Chúng ta thay áo ạ.
ボタンを 外します。横に なって ください。	I'll be unbuttoning you. Please roll to your side.	Tôi xin phép cởi cúc. Anh/Chị nằm nghiêng đi ạ.
後ろを まくりますね。	I'll be rolling up the back of your shirt.	Tôi vén lưng áo lên ạ!
上向きに 戻ります。	I'll be putting you on your back again.	Nằm ngửa lại được rồi ạ!
左腕から 脱ぎますよ。ひじを 曲げて ください。	We'll start by taking this off your left arm. Please bend your elbow.	Tôi cởi từ tay trái nhé! Gập tay lại đi ạ!
右腕も 通しますよ。	I'll be putting your right arm through too.	Tôi mặc cả bên phải nhé!
ズボンを 脱ぐので、横を 向きましょう。	I'm going to be taking off your pants, so let's turn sideways.	Hãy nằm nghiêng để tôi cởi quần.
ズボンを 下げますよ。	I'll be pulling down your pants now.	Tôi xin phép cởi ạ.
じゃ、次は こちら側を 向いて ください。	Please face this way next.	Nào, tiếp theo là phía bên kia.
ズボンを 脱ぎますね。片足ずつ 上げますよ。	I'll be taking off your pants, one leg at a time.	Tôi cởi đây ạ! Tôi nâng từng chân lên nhé!
ズボンを はきましょう。右足を 上げて ください。	Let's put on your pants. Please raise your right leg.	Tôi cởi quần nhé! Giờ chân phải lên ạ!
私の 方を 向いて ください。ズボンを 上げますね。	Please face me. I'll be pulling up your pants.	Hãy quay sang phía tôi. Tôi kéo quần lên nhé!
反対向きに なって ください。ズボンを はきます。	Please face the other way. I'll be putting on your pants.	Hãy quay sang phía bên kia. Tôi mặc quần nhé!
はい、はけました。	Okay, your pants are on.	Vâng, xong rồi ạ!
右腕から 脱ぎます。腕を 曲げましょう	I'll be undressing your right arm first. Please bend your arm.	Tôi cởi từ bên trái. Gập cánh tay lại đi ạ!
前かがみに なって ください。上から 脱ぎますよ。	Please lean forward. I'll be taking this off from above.	Cúi đầu xuống đi ạ! Tôi cởi từ trên nhé!
新しい 服を 着ましょう。失礼します。	Let's put on these new clothes. Excuse me.	Anh/Chị thay quần áo mới nhé! Tôi xin phép!
私の 手を つかんで ください。	Please hold onto my hand.	Hãy nắm tay tôi.

ボタンを 外します。失礼します。	I'll be unbuttoning you. Excuse me.	Anh/Chị thay quần áo nhé! Tôi cởi cúc ạ. Tôi xin phép.
右腕から 脱ぎます。腕を 曲げて ください。	I'll be undressing your right arm first. Please bend your arm.	Cởi từ bên tay phải. Gập tay lại đi ạ!
少し 前かがみに なって ください。	Please lean forward a little bit.	Hơi cúi ra trước đi ạ!
新しい 服を 着ましょう。	Let's put these new clothes on you.	Anh/Chị thay đồ mới nhé!
手を 持ちますよ。	I'm going to hold your hand.	Tôi cầm tay nhé!
立ちましょう。手すりに しっかり つかまって ください。	Let's stand up. Please get a good grip on the handrail.	Đứng lên nào! Hãy bám chắc vào tay vịn ạ!
ズボンを 下ろしますね。	I'll be taking off your pants.	Tôi kéo quần xuống ạ!
座りましょう。片足ずつ 足を 上げて ください。	Let's sit down. Can you raise one leg at a time?	Anh/Chị ngồi xuống đi ạ. Hãy giơ từng chân lên!
新しい ズボンを はきましょう。片足ずつ 足を 上げて ください。	Let's wear these new pants. Please raise your legs, one at a time.	Anh/Chị thay quần mới đi ạ! Hãy giơ từng chân lên!
手すりを しっかり 持って、立って ください。	Hold onto the handrail tight and stand up, please.	Anh/Chị hãy nắm lấy tay vịn và đứng thật vững nhé!
裾を 直しますね。	Let me fix the cuffs of your pants.	Tôi chỉnh gấu quần ạ!

3　口腔ケア・入れ歯の ケア

少し 下を 向いて ください。	Please tilt your head down a little bit.	Hơi cúi xuống đi ạ!

「声かけ表現」一覧　List of "Greeting Expressions" / Danh sách "Mẫu câu lời gọi"

第5章　入浴介助

 26

1　入浴前の 準備

○○さん、ドライヤーは 熱く ありませんか。	oo-san, is the hair dryer too hot?	Máy sấy có nóng quá không ạ?

2　入浴中の ケア

お湯の 温度は いかがですか。	Is the water at the right temperature?	Nhiệt độ nước được chưa ạ?
かゆい ところは ありませんか。	Does it itch anywhere?	Có ngứa chỗ nào không ạ?
滑らないように、手すりに しっかり つかまって ください。	Please hold onto the hand rail tightly so you don't slip.	Anh/Chị bám vào tay vịn thật chắc để không bị ngã nhé!
シャワーの 温度は いかがですか。	Is the shower at the right temperature?	Nhiệt độ nước vừa chưa ạ?
ご気分は いかがですか。	How are you feeling?	Tinh thần của anh/chị hôm nay thế nào?

2　トイレでの 排泄介助（車いすで 移動する人）

立ち上がって 手すりを 持って ください。	Stand up and hold the handrail, please.	Hãy đứng lên và bám lấy tay vịn đi ạ!
ズボンを 下ろしますね。	I'll be pulling down your pants.	Tôi kéo quần xuống ạ!
ゆっくり 腰を 下ろしていきましょう。	Let's sit down slowly.	Cứ từ từ ngồi xuống thôi ạ!
肩に 手を 回して 寄りかかって ください。	Hold me by putting your hands around my shoulders.	Hãy luồn tay bám vào vai tôi!
立ちますよ。せーの。	Let's stand up. One, two, three.	Đứng lên nào! Hai ba!
しっかり つかまって ください。	Please hold on tight.	Hãy bám thật chắc!
ゆっくり 座りましょう。	Let's slowly sit down.	Ngồi xuống từ từ nào!

3　ポータブルトイレでの 排泄介助

立ちましょう。	Let's stand up.	Đứng lên nào!
体の 向きを 変えますよ。	I'll be shifting your position.	Xoay người nhé!
つかまって ください。	Please hold on.	Bám chắc lấy đi ạ!
ズボンと 下着を 下ろします。	I'm going to pull down your pants and underwear.	Tôi kéo quần và quần lót xuống.
では、私は 外で 待って います。	Okay, I'll be waiting outside.	Tôi đợi ở ngoài nhé!

4　おむつの 交換

おむつを 交換します。	I'm going to change your diaper.	Thay bỉm.
ズボンを 下げるので、腰を 浮かせて ください。	I'll be lowering your pants, so please raise your hips.	Tôi cởi quần nên hãy nhấc mông lên một chút ạ!
左側を 向いて もらっても いいですか。	Could you face to the left for me?	Quay sang bên trái được không ạ?
右側を 向きましょう。	Now let's face right.	Quay sang phải ạ!
おしりを 拭きますね。	I'm going to wipe your bottom.	Tôi lau mông nhé!
かゆい ところは ありませんか。	Does it itch anywhere?	Có chỗ nào ngứa không ạ?
もう 一度、左側を 向いて ください。	Please face to the left one more time.	Quay trang bên trái một lần nữa đi ạ!
体を 戻しましょう。	Let's get you facing upwards again.	Quay người lại được rồi ạ!
はい。終わりました。	Okay, we're all done.	Vâng, xong rồi ạ!
ズボンを 上げますね。	I'll be pulling up your pants now.	Tôi kéo quần lên nhé!
寒く ありませんか。	Do you feel cold?	Có bị lạnh không ạ?

さくいん

Index / Tra cứu

※掲載ページは 主な ものです。

あ

あっか（する） 悪化する ・・・・・・・・・・・・・16

あっぱく（する） 圧迫する ・・・・・・・・・・・16

いじょう 異常 ・・・・・・・・・・・・・・・85、86

いじょうかいじょ 移乗介助 ・・・・・・・・25、98

いしを そんちょうする 意志を尊重する ・・・・・12

いればの ていれ 入れ歯の手入れ ・・・・・・・75

いんぶ 陰部 ・・・・・・・・・・・・86、88、89

ウェットティッシュ ・・・・・・・・・・・・・・74

うわむき 上向き ・・・・・・・・・・・・・51、52

えんげ 嚥下 ・・・・・・・・・・・・・・・・・52

えんじょ 援助 ・・・・・・・・・・・・・・・・58

おきあがり 起き上がり ・・・・・・・・・19、21

おむつ ・・・・・・・・・・・・・・85、97、107

か

ガーゼ ・・・・・・・・・・・・・・・・・74、88

がい 臥位 ・・・・・・・・・・・・・・・・・・91

かいご 介護 ・・・・・・・・・・・・・・・12、13

かいじょ 介助 ・・・・・・・・・・・・13、19、25

かいじょしゃ 介助者 ・・・・・・・・12、13、17

かぜ 風邪 ・・・・・・・・・・・・・・・・・・85

かみおむつ 紙おむつ ・・・・・・・・・・・・・109

かみの あらい かた 髪の洗い方 ・・・87、89、91

からだの あらい かた 体の洗い方 ・87、89、91

かんさつ（する） 観察する ・・・・・・・・24、58

きがえの かいじょ 着替えの介助 ・・・・・・・58

ギャザー ・・・・・・・・・・・・・・・107、109

ギャッジベッド ・・・・・・・・・・・・・21、72

きゅうブレーキ 急ブレーキ ・・・・・・・・・36

ぎょうがい 仰臥位 ・・・・・・・・・61、62、109

きんりょく 筋力 ・・・・・・・・・・・・・・・40

くるまいす 車いす ・・・・・・・・25、32、34

ケアサービス ・・・・・・・・・・・・・・・・・12

けつりゅう 血流 ・・・・・・・・・・・・・・・16

こうくうケア 口腔ケア ・・・・・・・・・72、73

こうしゅく 拘縮 ・・・・・・・・・・・・・86、88

こえかけ 声かけ ・・・・・・・・・・17、19、22

ごえん 誤嚥 ・・・・・・・・・・・・51、72、73

こぼす ・・・・・・・・・・・・・・・・・・・50

ころぶ 転ぶ ・・・・・・・・・・・・・・・・70

こんだて 献立 ・・・・・・・・・・・・・・・48

さ

ざい 座位 ・・・・・・・・・・・・・・89、100

さいきんかんせん 細菌感染 ・・・・・・16、72、75

さかみちを おりる 坂道を下りる ・・・・・・・36

しかんブラシ 歯間ブラシ ・・・・・・・・・・74

じじょぐ 自助具 ・・・・・・・・・・・・・・50

じそうしき くるまいす 自走式車いす ・・・・・32

じゅうしん 重心 ・・・・・・・・・・・・22、36

しゅさい 主菜 ・・・・・・・・・・・・・・・49

しゅしょく 主食 ・・・・・・・・・・・・48、49

しゅたいせいを ひきだす 主体性を引き出す・24

しょうがいぶつ 障害物 ・・・・・・・・・36、38

しょうげき 衝撃 ・・・・・・・・・・・・・・38

じょうこうかいじょ 乗降介助 ・・・・・・・・・39

しょうじょう 症状 ・・・・・・・・・・・16、85

しょくじかいじょ 食事介助 ・・・・・・・・・50

じょくそう 褥瘡 ・・・・・・・・・・・・16、58

さくいん
Index / Tra cứu

しょくよく　食欲 ・・・・・・・・・・・・・・・・・・・85

しょっきの ならべ かた　食器の 並べ方 ・・・・・ **48**

しるもの　汁物 ・・・・・・・・・・・・・・・・48、**49**

しんたいのうりょく　身体能力 ・・・・・・・・・・・40

しんらいかんけい　信頼関係 ・・・・・・・・・・・ **24**

すべる　滑る ・・・・・・・・・・・・・・・・・・89

スポンジブラシ ・・・・・・・・・・・・・・・・・74

スライディングボード ・・・・・・・・・・・・・・ **27**

ずりおちる　ずり落ちる ・・・・・・・・・・・・・21

せいしき　清拭 ・・・・・・・・・・・・・107、**108**

そういれば　総入れ歯 ・・・・・・・・・・・・・ **75**

そくがい　側臥位 ・・・・・・・・・ **21**、60、61

そけいぶ　そ径部 ・・・・・・・・・・・ **107**、109

そんげんを たいせつに する
　　尊厳を 大切にする ・・・・・・・・・・・・・ **88**

た

たいいへんかん　体位変換 ・・・・・・・16、**17**、18

たいおん　体温 ・・・・・・・・・・・・・・・・・85

だいべん　大便 ・・・・・・・・・・・・・・・・・109

たちあがり　立ち上がり ・・・・・・・ **22**、24、98

だつい　脱衣 ・・・・・・・・・・・・・・・・・・85

たべこぼし　食べこぼし ・・・・・・・・・・56、57

だんさを あがる　段差を 上がる ・・・・・・・・ **37**

だんさを おりる　段差を 下りる ・・・・・・・・ **38**

つえ　杖 ・・・・・・・・・・・・・・・・・・・・43

つかまる ・・・・・・・・・・・・・70、89、101

つめきり　爪切り ・・・・・・・・・・・・・ **76**、77

テープどめ おむつ　テープ止めおむつ ・・・・・ **107**

できすい　溺水 ・・・・・・・・・・・・・・・・・84

てすり　手すり ・・・・・・・・・・・70、71、89

てんとう（する）　転倒する ・・・・・・・・・・・84

でんぶ　臀部 ・・・・・・・・・・・・88、89、91

てんらく（する）　転落する ・・・・・・・・・84、91

とりのぞく　取り除く ・・・・・・・・・24、72、87

な

ニッパー ・・・・・・・・・・・・・・・・・・・ **78**

にゅうよくかいじょ　入浴介助 ・・・・・・・・・・ **87**

にょうとりパッド
　　尿取りパッド ・・・・・・・・・107、**108**、109

にんちしょう　認知症 ・・・・・・・・・12、50、72

ねがえり　寝返り ・・・・・・・・・・・・・16、17

ねがえる　寝返る ・・・・・・・・・・・・・・・・17

ねたきり　寝たきり ・・・・・・・・・・・・ **19**、40

のぼせ ・・・・・・・・・・・・・・・・・・・・・87

のみこむ　飲み込む ・・・・・・・・・・・・・51、52

は

はいせつ　排泄 ・・・・・・・・・・・・85、86、**96**

はいせつかいじょ　排泄介助 ・・・・・・・・ **98**、**103**

はいぜん　配膳 ・・・・・・・・・・・・・・・・ **48**

はいべん　排便 ・・・・・・・・・・・・・・・・・109

バランスを くずす　バランスを 崩す ・・・・・・・41

ひきつぎ　引き継ぎ ・・・・・・・・・・・・・・・86

ひっかかる　引っかかる ・・・・・・・・・・・・・36

ひょうひはくり　表皮剥離 ・・・・・・・・・・・・84

ふかづめ　深爪 ・・・・・・・・・・・・・・・・・77

ふくさい　副菜 ・・・・・・・・・・・・・・・・ **49**

ふくふくさい　副々菜 ・・・・・・・・・・・・・ **49**

ぶぶんいれば　部分入れ歯 ・・・・・・・・・・・ **75**

プライバシー ・・・・・・・・・・・・・・97、**106**

ブラッシング ・・・・・・・・・・・・ **73**、74, 75

ブレーキ ・・・・・・・・・・・・・・・・32、**33**

ブレーキをかける ・・・・・・・・・・・25、34、39

ブレーキを外す ・・・・・・・・・・・・・・・・・35

べんき　便器 ・・・・・・・・・・・・・・・97、98

べんざ　便座 ・・・・・・・・・・・・99、103、104

ポータブルトイレ・・・・・・・・・・ 97、**103**、106

ほこうき　歩行器・・・・・・・・・・・・・・・・・・43

ほこうの かいじょ　歩行の 介助・・・・・・・・・・**40**

ほじょき　補助輪・・・・・・・・・・・・・・・・・・98

ほはば　歩幅・・・・・・・・・・・・・・・・・・・40

ポリぶくろ　ポリ袋・・・・・・・・・・ 107、109

ま

まえあき　前開き・・・・・・・・・・・・・・・・**61**、**68**

まえあて　前当て・・・・・・・・・・・・・**107**、109

まえかがみ　前かがみ・・・・・ 40、51、66

まえのめり　前のめり・・・・・・・・・・・・・・**38**

マナー・・・・・・・・・・・・・・・・・・・・・・・48

マヒ・・・・・・・・・・・・・・・・・ 41、50、58

みかく　味覚・・・・・・・・・・・・・・・・・・・72

みだしなみ　身だしなみ・・・・・・・・・・・・**56**

みまもる　見守る・・・・・・・・・・・・・・・・50

むきあう　向き合う・・・・・・・・・・・・・・51

むしタオル　蒸しタオル・・・・・・・・・・56、108

むせる・・・・・・・・・・・・・・・・・・・・・52

めせん　目線・・・・・・・・・・・・・ 22、**24**、51

や

やすり・・・・・・・・・・・・・・・・・・・・・**78**

ゆざめ　湯冷め・・・・・・・・・・・・・・・・・85

ようつう　腰痛・・・・・・・・・・・・・・・・・21

ようを すます　用を済ます・・・・・・・・ 98、**100**

よくしつ　浴室・・・・・・・・・・・・・・・・85、89

よぼう　予防・・・・・・・・・・・・・ 16、72、97

よりかかる　寄りかかる・・・・・・・・98、100、103

わ

わしょく　和食・・・・・・・・・・・・・・・・・・48

● 監修者
橋本 正明（（公財）社会福祉・振興試験センター理事長　前社会福祉法人至誠学舎立川理事長）

● 著者
至誠ホーム出版会（社会福祉法人至誠学舎立川至誠ホーム）

本書は、以下の原書およびそれを元に制作された至誠ホーム外国人介護士用和英対訳介護教科書を英語話者・ベトナム語話者対象の書籍用にアレンジしたものです。

原書　写真とイラストですぐわかる！　安全・やさしい　介護術
（監修：至誠ホーム 橋本正明　2014年12月初版　西東社）

〈至誠ホーム外国人介護士用和英対訳介護教科書作成プロジェクト〉
大友正樹　吉上恵子　吉住聡子　ハーマントリー美奈　鴨下真澄
渡辺紀子　橋本ライヤ　ケリ・イメルダ

カバーデザイン　　花本浩一
レイアウト・DTP　　オッコの木スタジオ
本文イラスト　　清永敏夫　おのみさ
音声収録・編集　　高速録音株式会社

イラストと写真でよくわかる
外国人のための実践介護 入門編 英語・ベトナム語版
令和3年（2021年）　7月10日　初版第1刷発行

監 修 者　橋本正明
著　　 者　至誠ホーム出版会
発 行 人　福田富与
発 行 所　有限会社Jリサーチ出版
　　　　　〒166-0002　東京都杉並区高円寺北2-29-14-705
電　　 話　03(6808)8801（代）　FAX 03(5364)5310
編 集 部　03(6808)8806
　　　　　https://www.jresearch.co.jp
　　　　　twitter 公式アカウント　@ Jresearch_
　　　　　https://twitter.com/Jresearch_
印 刷 所　株式会社シナノ パブリッシング プレス